इन्फोर्मेशन & कम्युनिकेशन टेक्नोलॉजी सिस्टीम मेंटेनन्स ICTSM द्वितीय वर्ष मराठी MCQ

मनोज डोळे

डिजिटायझेशन ही काळाची गरज आहे. भविष्यात, प्रशिक्षण अधिक सोयीस्कर आणि सोपे करण्यासाठी औद्योगिक प्रशिक्षण संस्थांमध्ये ऑनलाइन इंटरनेट वापरून प्रशिक्षण घेणे आवश्यक आहे. MCQ प्रश्नांचा संच असलेली ई-पुस्तके प्रशिक्षणार्थींना उपलब्ध करून दिली जातील कारण त्यांना त्यांच्या औद्योगिक प्रशिक्षण संस्थांमध्ये होणाऱ्या ऑनलाइन परीक्षांच्या तयारीसाठी MCQ प्रश्नांची अधिक सवय होणे आवश्यक आहे.

या सर्व बाबी लक्षात घेऊन श्री.मनोज मधुकर डोळे प्रशिक्षक, औद्योगिक प्रशिक्षण संस्था, सातारा यांनी नवीन वार्षिक प्रणाली आणि NSQF-5 अभ्यासक्रमानुसार पुस्तके लिहिली आहेत. आणि त्यांनी प्रशिक्षण सुलभ करण्यासाठी सैद्धांतिक मोबाइल ॲप्स आणि ब्लॉग तयार केले आहेत आणि हे सर्व शैक्षणिक साहित्य जगप्रसिद्ध Google Play Store, Amazon आणि Apple Book Store वर डाउनलोड करण्यासाठी उपलब्ध केले आहे.

पुस्तकांचे प्रकाशन माननीय सहसंचालक श्री राजेंद्र घुमे साहेब प्रादेशिक व्यावसायिक शिक्षण व प्रशिक्षण कार्यालय, पुणे यांच्या हस्ते दिनांक 9/1/2019 रोजी करण्यात आले, यावेळी श्री प्रकाश सायगावकर साहेब प्राचार्य शासकीय औद्योगिक प्रशिक्षण संस्था औंध पुणे, श्री तुकाराम मिसाळ साहेब प्राचार्य डॉ. सरकार प्र.संस्था सातारा, श्री सचिन धुमाळ साहेब जिल्हा व्यवसाय शिक्षण व प्रशिक्षण अधिकारी सातारा, श्री यतीन पारगावकर साहेब मुख्याध्यापक गो. प्र.संस्था कोल्हापूर, श्री विकास टेके साहेब निरीक्षक व्यावसायिक शिक्षण व प्रशिक्षण क्षेत्रीय कार्यालय पुणे, पालेकर फूड्स प्रॉडक्ट्स प्रा. लि.चे सातारा येथील उद्योजक अध्यक्ष श्री.नीळकंठराव पालेकर साहेब, हिरा फूड्स चे चेअरमन श्री.इब्राहिम बाबा तांबोळी साहेब, सौ.शाल्मली पवार मुख्याध्यापिका शासकीय तंत्रनिकेतन केंद्र सातारा व इतर मान्यवर यावेळी उपस्थित होते.

अनुक्रमणिका

प्रस्तावना

इन्फोर्मेशन & कम्युनिकेशन टेक्नोलोजी सिस्टीम मेंटेनन्स ICTSM द्वितीय वर्ष मराठी MCQ हे ITI आणि अभियांत्रिकी अभ्यासक्रम माहिती आणि संप्रेषण तंत्रज्ञान प्रणाली देखभाल ICTSM साठी एक साधे ई-पुस्तक आहे. यामध्ये अधोरेखित आणि ठळक अचूक उत्तरांसह वस्तुनिष्ठ प्रश्नांचा समावेश आहे MCQ मध्ये सुरक्षा आणि पर्यावरण, अग्निशामक यंत्रांचा वापर, प्रतिरोधक आणि सोल्डरिंग, डी-सोल्डरिंग प्रॅक्टिस, इंडक्टर्स, इंडक्टन्स मोजणे आणि ट्रान्सफॉर्मर, कॅपेसिटरचे वापर यासह सर्व विषय समाविष्ट आहेत. , ट्रान्झिस्टरचे प्रकार आणि ते ॲम्प्लीफायर, व्होल्टेज, वारंवारता, मॉड्युलेटर/ ट्रान्समीटरचे मॉड्युलेशन म्हणून वापरा. माहिती संप्रेषण प्रणाली, वर्ड प्रोसेसिंग आणि स्प्रेडशीट सॉफ्टवेअर, डेस्कटॉप कॉम्प्युटरचे हार्डवेअर घटक, ऑपरेटिंग सिस्टम आणि इतर सर्व ॲप्लिकेशन सॉफ्टवेअर, लॅपटॉप पीसीच्या हार्डवेअर घटकांमध्ये वापरल्या जाणाऱ्या काही महत्त्वाच्या यांत्रिक, इलेक्ट्रिकल आणि इलेक्ट्रॉनिक्स ॲक्सेसरीजसह काम करणे . SMPS बदला/इंस्टॉल करा आणि ट्रबलशूट, मेमरी डिव्हाइसेस, चिप्स, मोडेम, सिस्टम रिसोर्सेस, ॲड ऑन कार्ड्स, केबल्स आणि कनेक्टर्स, टॅब्लेट/स्मार्ट डिव्हाइसेस, विविध नेटवर्क डिव्हाइसेस वापरून नेटवर्किंग सिस्टम, विंडोज सर्व्हरचे कॉन्फिगरेशन. डीएनएसची स्थापना, कॉन्फिगरेशन, राउटिंग आणि वापरकर्ता खाते सानुकूलन. सर्व्हरचे कॉन्फिगरेशन आणि सर्व्हर नेटवर्क सुरक्षा आणि पायाभूत सुविधा व्यवस्थापित करणे. लिनक्स सर्व्हरची स्थापना आणि मूलभूत कॉन्फिगरेशन आणि बरेच काही.

आम्ही प्रत्येक नवीन आवृत्तीसह नवीन प्रश्नांची उत्तरे जोडतो. कृपया काही त्रुटी/ वगळल्यास आम्हाला ईमेल करा. सर्व अभियांत्रिकी बहुपर्यायी प्रश्न आणि उत्तरांसाठी हे निर्विवादपणे सर्वात मोठे आणि सर्वोत्तम ई-पुस्तक आहे.

विद्यार्थी म्हणून तुम्ही ते तुमच्या परीक्षेच्या तयारीसाठी वापरू शकता. हे ई-पुस्तक प्राध्यापकांना साहित्य रीफ्रेश करण्यासाठी देखील उपयुक्त आहे.

नांदी, प्रस्तावना

21 व्या शतकातील औद्योगिक क्षेत्रातील वेगाने वाढणाऱ्या मागणीच्या अनुषंगाने बहु-कुशल कारागीरांचा पुरवठा करण्यासाठी व्यवसाय शिक्षण आणि व्यवसाय प्रॅक्टिकल विभागामार्फत व्यावसायिक शिक्षण आणि प्रशिक्षण विभागामार्फत व्यावसायिक शिक्षण आणि प्रशिक्षण दिले जाते. संस्थांमधील सर्व व्यवसाय महत्त्वाचे आहेत, कारण या व्यवसायांतील प्रशिक्षणार्थी उद्योगाच्या मागणीनुसार बहु-कौशल्ये विकसित करतात.

औद्योगिक क्षेत्रातील सर्व उद्योगांमधील सर्व परीक्षा ऑनलाइन घेतल्या जातात आणि त्यामध्ये MCQ पद्धतीच्या प्रश्नांचा समावेश होतो हे लक्षात घेऊन सर्व व्यवसायांसाठी योग्य MCQ ई-पुस्तके उपलब्ध करून देण्याच्या उदात्त हेतूने. श्री.मनोज मधुकर डोळे यांनी नवीन वार्षिक अभ्यासक्रमानुसार MCQ पद्धतीवर खूप चांगले ई-बुक लिहिले आहे. हे ई-बुक सर्व प्रशिक्षणार्थी, प्रशिक्षणार्थी उमेदवार, प्रशिक्षण प्रशिक्षक आणि संबंधित इतरांसाठी निश्चितच मार्गदर्शक ठरेल.

पुस्तकाचे लेखक श्री.मनोज मधुकर डोळे आहेत, इन्स्ट्रक्टर गव्हर्नमेंट ITI सातारा यांना 17 वर्षांचा प्रशिक्षणाचा अनुभव आहे. नवीन वार्षिक पॅटर्न म्हणून लिहिलेल्या, या ई-बुकमध्ये प्रत्येक विषयासाठी मांडणी, सोपी भाषा आणि सोपी वाक्यरचना, आकृती आणि व्हिडिओ समजून घेण्यासाठी आधुनिक डिजिटल QR कोड तंत्रज्ञान समाविष्ट केले आहे. त्यामुळे सखोल अभ्यास आणि परीक्षेच्या सरावासाठी हे ई-बुक नक्कीच उपयोगी पडेल याची मला खात्री आहे. त्यांनी केलेले काम नक्कीच कौतुकास्पद आहे.

श्री तुकाराम मिसाळ
प्राचार्य शासकीय औद्योगिक प्रशिक्षण संस्था सातारा.

ऋणनिर्देश, पावती

DGET नवी दिल्ली आणि CSTARI कोलकाता ऑगस्ट 2018 च्या सत्रापासून ITI मधील सर्व व्यवसायांसाठी वार्षिक पॅटर्न लागू करत आहेत. परीक्षा पद्धतीतही बदल करण्यात येणार असून या वर्षीपासून ती ऑनलाइन होणार असून सर्व प्रश्न वस्तुनिष्ठ स्वरूपाचे (MCQ) असल्याने प्रशिक्षणार्थींना सखोल अभ्यासाची नितांत गरज आहे. हे लक्षात घेऊन जुन्या NIMI पॅटर्नवर आधारित पुस्तके आणि नवीन वार्षिक पॅटर्नचे संपूर्ण विहंगावलोकन सादर करताना आम्हाला आनंद होत आहे आणि आम्हाला आशा आहे की ही पुस्तके सर्व व्यवसाय संचालक आणि प्रशिक्षणार्थींसाठी मार्गदर्शक ठरतील. आहे.

ही पुस्तके लिहिल्याबद्दल जोहर आवटे साहेब, ITI अकलूजचे प्राचार्य. ITI सातारा चे माजी प्राचार्य सायगावकर साहेब, सहाय्यक संचालक श्री चंद्रकांत ढेकणे साहेब व्यवसाय शिक्षण व प्रशिक्षण प्रादेशिक कार्यालय, पुणे, जिल्हा व्यवसाय शिक्षण व प्रशिक्षण अधिकारी सचिन धुमाळ साहेब व मुख्याध्यापिका शासकीय तंत्रनिकेतन केंद्र शाल्मली पवार मॅडम व मुलगा अधिराज डोळे, आई कुसुम डोळे. , माझे वडील मधुकर डोळे आणि पत्नी अश्विनी डोळे यांनी वेळोवेळी केलेल्या विशेष मार्गदर्शन व सहकार्याबद्दल मी त्यांचा मनःपूर्वक आभारी आहे.

तसेच अतिशय कमी कालावधीत पुस्तक प्रकाशित करण्यात अमूल्य वेळ दिल्याबद्दल श्री राजेंद्र घुमे साहेब, सहसंचालक, व्यवसाय शिक्षण व प्रशिक्षण प्रादेशिक कार्यालय, पुणे यांनी पुस्तकाचे पुनरावलोकन केले. त्यांच्या अभिप्रायाबद्दल मी मनापासून आभारी आहे.

पुस्तक लिहिण्याच्या सुरुवातीपासूनच सतत पाठबळ दिल्याबद्दल ITI सातारा च्या प्रशिक्षकांचा मी आभारी आहे.

या पुस्तकातून, ई-लर्निंगबद्दलचे माझे विचार तुमच्याशी शेअर करण्यात मी स्वतःला धन्य समजतो. हे पुस्तक परिपूर्ण आहे असा दावा मी करणार नाही, कारण परिपूर्णतेचा विचार करता हे पुस्तक एक प्रयत्न आहे आणि बाल्यावस्थेत आहे. त्यांची चाचणी आणि सूचना दिल्यास ते सुधारण्यासाठी मोलाचे ठरतील.

मनोज डोळे

दिनांक 9/1/2019

1

इन्फोर्मेशन &
कम्म्युनिकेशन टेक्नोलोजी
सिस्टीम मेंटेनन्स ICTSM
द्वितीय वर्ष मराठी MCQ
Drawing

Online Test Exam
ITI Books
CNC Course
AutoCAD CAM
JOB & Apprentice
Online Theory
Computer Course
Trading Course
Web Designing
MSCIT Course
Shopping Business
Internet Business
Remotasks Course
Online Services
Top Sportsmans
Indian Army
Freedom Fighters
Top Scientists
Social Reformers
Motivational Speaker
Top Richest People
Join WhatsApp Group
Join Facebook Group
Like Facebook Page
PAN / Adhar / Licence Passport

ई-पुस्तक प्रकाशन

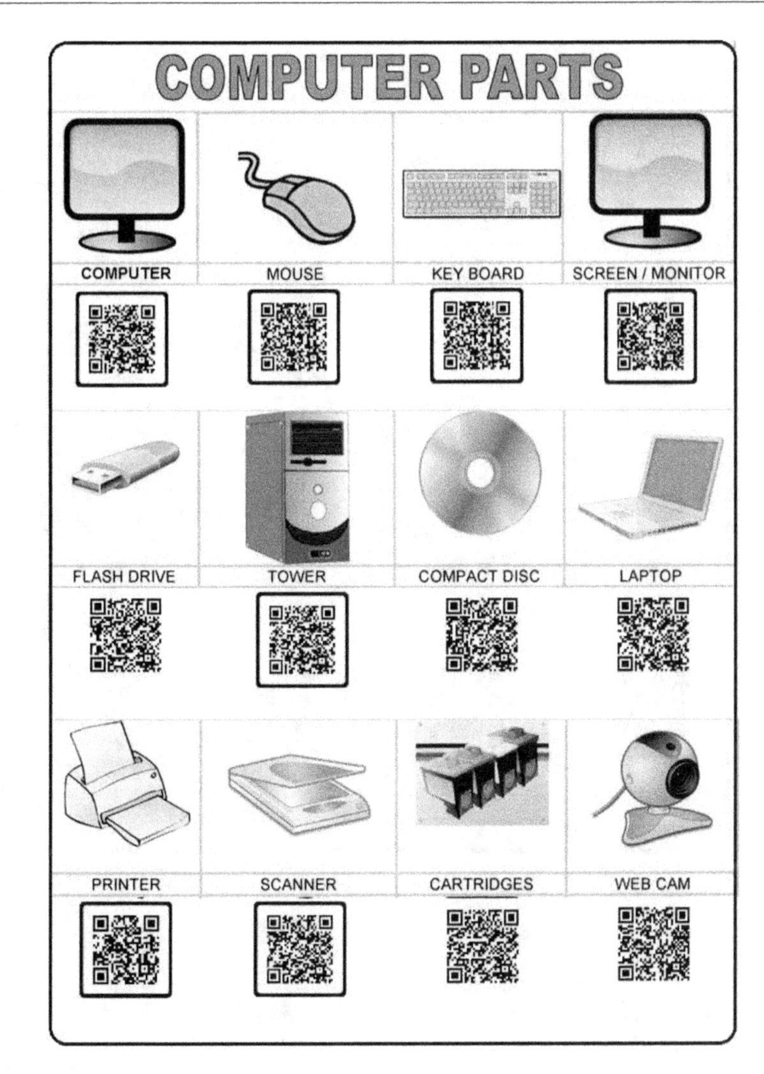
COMPUTER PARTS
COMPUTER
MOUSE
KEY BOARD
SCREEN / MONITOR
FLASH DRIVE
TOWER
COMPACT DISC
LAPTOP
PRINTER
SCANNER
CARTRIDGES
WEB CAM

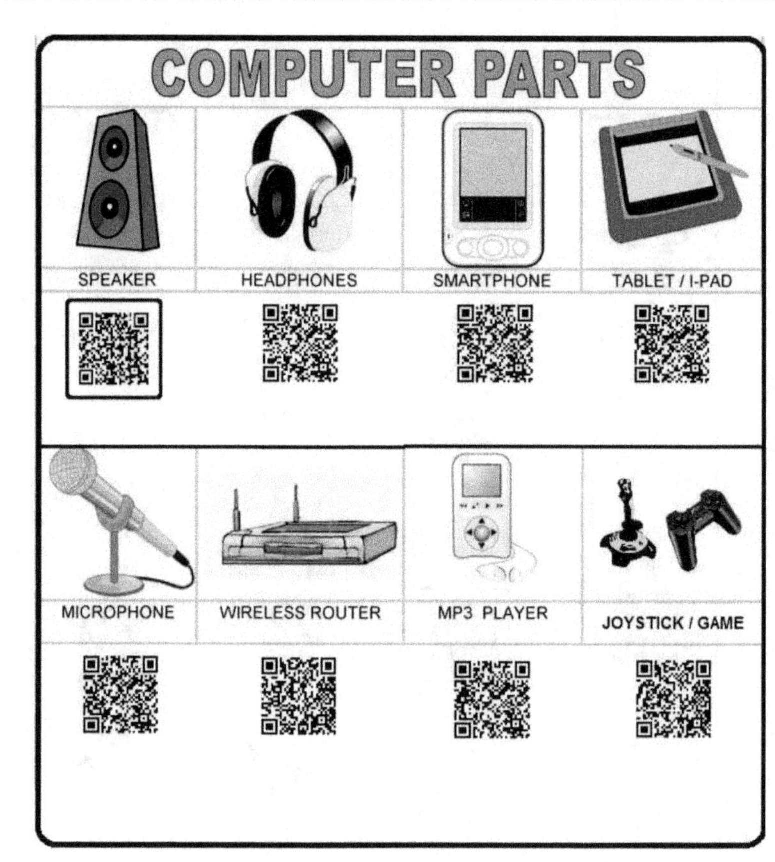
COMPUTER PARTS
SPEAKER
HEADPHONES
SMARTPHONE
TABLET / I-PAD
MICROPHONE
WIRELESS ROUTER
MP3 PLAYER
JOYSTICK / GAME

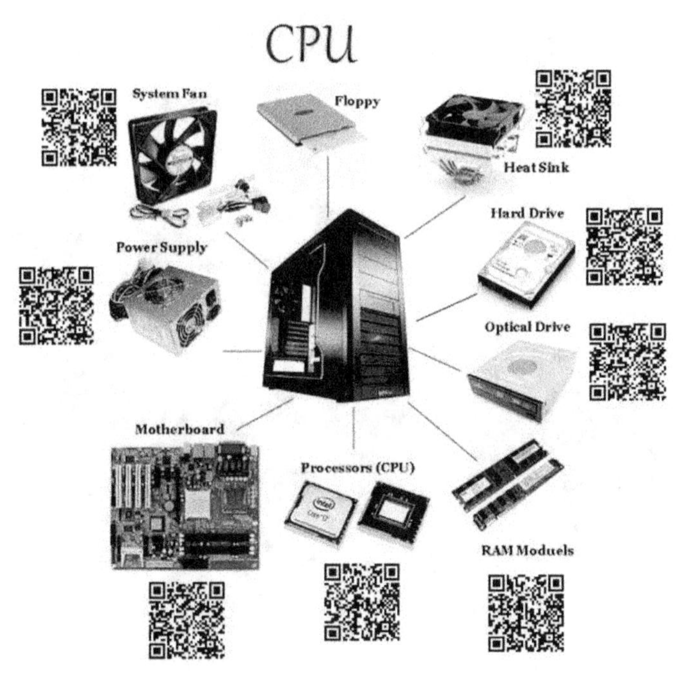

Computer CPU
Hardware Components

Matheeboad
Heatsink and Fan
Memory
Power Supply
CPU
Vodeo Card
Dvd Burner
Motherboard
Hard Drive
Motherboard
Hardware Components

Top Linux OS

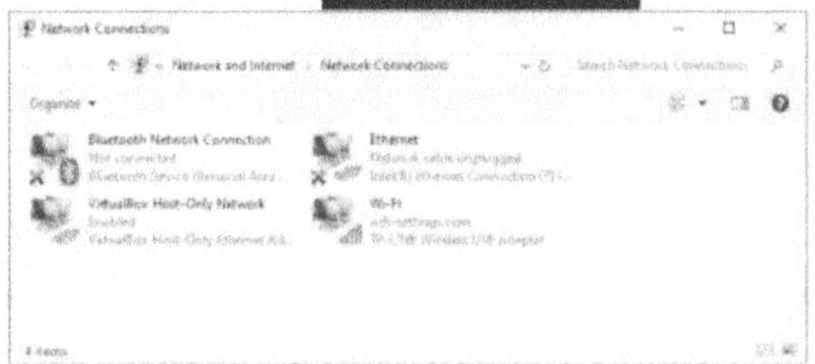

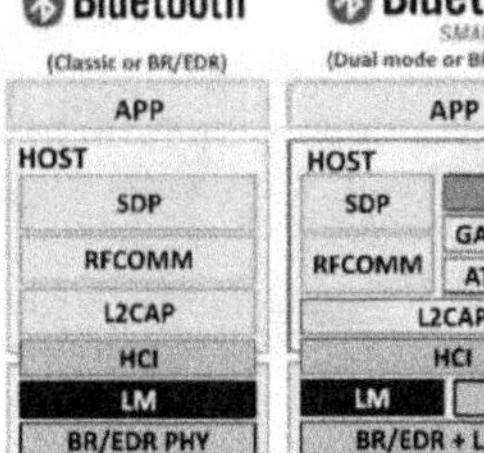
Bluetooth
(Classic or BR/EDR)
APP
HOST
SDP
RFCOMM
L2CAP
HCI
LM
BR/EDR PHY
CONTROLLER

Bluetooth
SMART READY
(Dual mode or BR/EDR/LE)
APP
HOST
SDP
RFCOMM
GATT
ATT
SMP
L2CAP
HCI
LM
LL
BR/EDR + LE PHY
CONTROLLER

Bluetooth
SMART
(Single mode or BLE)
APP
HOST
GAP
GATT
ATT
SMP
L2CAP
HCI
LL
LE PHY
CONTROLLER

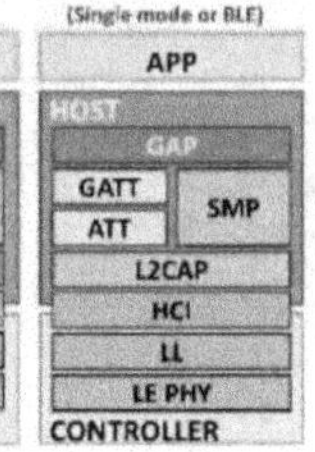

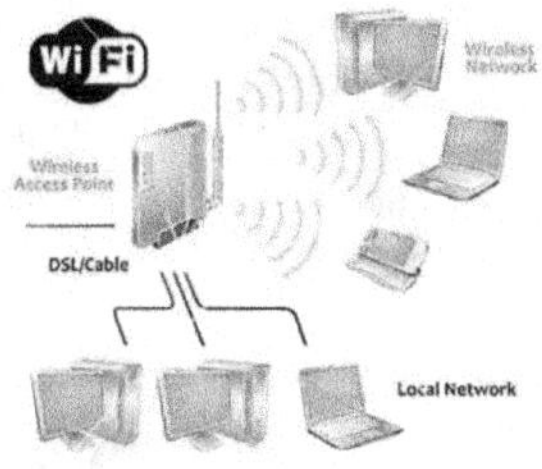
WiFi
Wireless Network
Wireless Access Point
DSL/Cable
Local Network

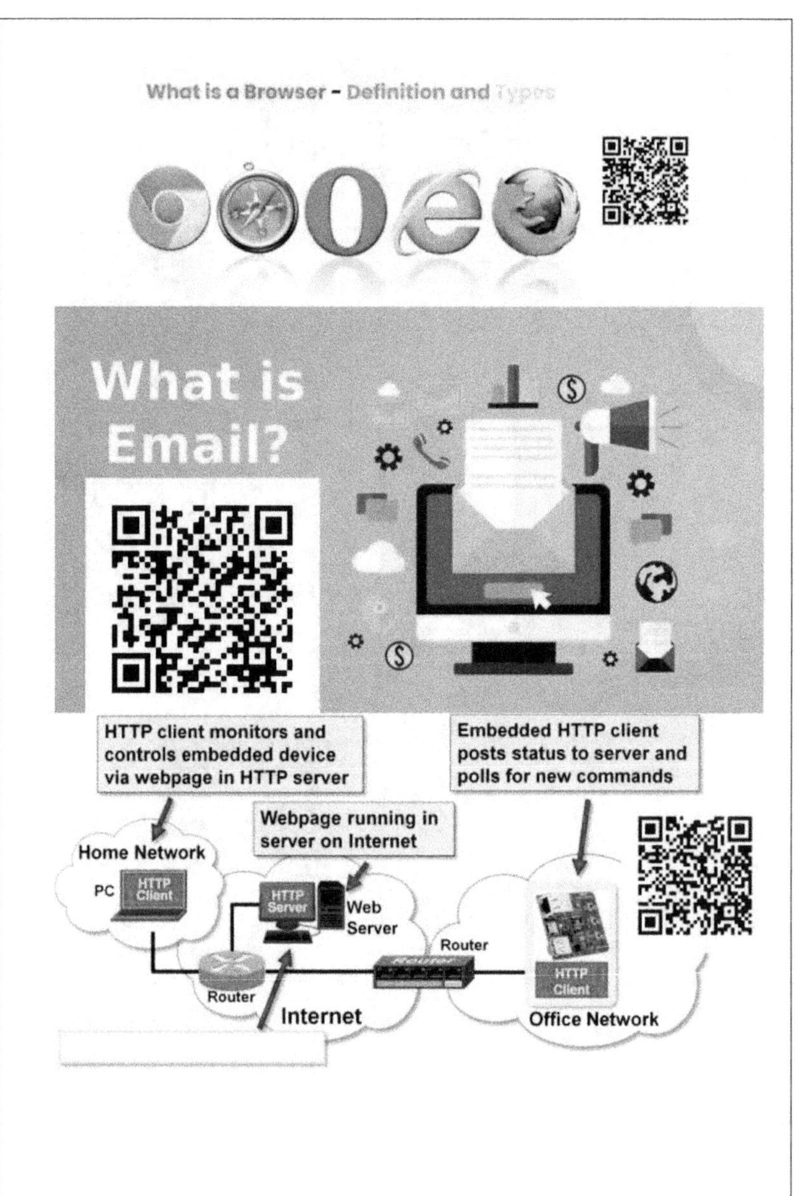

What is a Browser - Definition and Types
What is Email?
HTTP client monitors and controls embedded device via webpage in HTTP server
Embedded HTTP client posts status to server and polls for new commands
Webpage running in server on Internet
Home Network
PC
HTTP Client
HTTP Server
Web Server
Router
Router
HTTP Client
Internet
Office Network

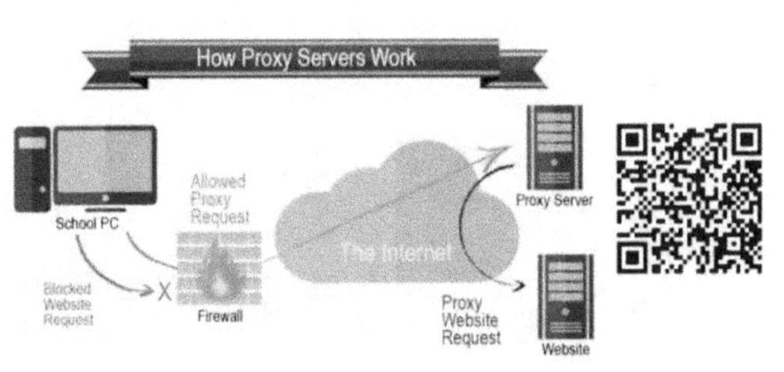

How Proxy Servers Work
School PC
Allowed Proxy Request
Blocked Website Request
Firewall
The Internet
Proxy Server
Proxy Website Request
Website

WWW
What is WWW?

CYBER SECURITY

2

1] खालीलपैकी कोणते संगणकाचे वैशिष्ट्य आहे/आहेत?

   (अ) परिश्रम

   (ब) अष्टपैलुत्व

   (सी) विश्वासार्हता

   (डी) <u>वरीलसर्व</u>

2] सदोष इनपुटमुळे सदोष परिणाम होतात] याला _________ म्हणून ओळखले जाते

   (अ) परिश्रम

   (ब) अष्टपैलुत्व

   (C) <u>GIGO</u>

   (डी) वरीलपैकी काहीही नाही

3] GIGO म्हणजे_______

   (अ) <u>कचराबाहेरकचरा</u>

   (ब) गेटवे आउट मधील गेटवे

   (सी) गोफर आउटमध्ये गोफर

   (ड) जिओग्राफिक इन जिओग्राफिक आउट

4] एकाच वेळी अनेक कामे करण्याच्या क्षमतेला _______ असे म्हणतात.

   (अ) परिश्रम

   (ब) <u>अष्टपैलुत्व</u>

   (सी) विश्वासार्हता

   (डी) वरील सर्व

5] संगणकाला थकवा आणि एकाग्रतेच्या अभावामुळे त्रास होत नाही] त्याला _______ म्हणतात.

   (अ) <u>परिश्रम</u>

   (ब) अष्टपैलुत्व

   (C) GIGO

   (डी) वरीलपैकी काहीही नाही

6] पहिल्या पिढीतील संगणक सर्कीट्रीसाठी _______ आणि मेमरीसाठी _________ वापरतात

(अ) ट्रान्झिस्टर आणि चुंबकीय कोर

(ब) आयसी आणि चुंबकीय मेमरी

(C) व्हॅक्यूमट्यूबआणिचुंबकीयड्रम

(D) IC आणि चुंबकीय कोर

7] दुसऱ्या पिढीचे संगणक _______ वर आधारित होते

(अ) आयसी

(ब) व्हॅक्यूम ट्यूब

(C) ट्रान्झिस्टर

(डी) वरीलपैकी काहीही नाही

8] FLOPS म्हणजे_______

(अ) फ्लोटिंगपॉइंटऑपरेशनप्रतिसेकंद

(ब) फाइल प्रोसेसिंग ऑपरेशन प्रति सेकंद

(C) फ्लोटिंग प्रोसेसिंग ऑपरेशन प्रति सेकंद

(डी) फाइल लोडिंग ऑपरेशन प्रति सेकंद

9] दुसऱ्या पिढीतील संगणक प्रोग्राम करण्यासाठी कोणती भाषा वापरली जाते?

(अ) बायनरी कोडेड भाषा

(ब) विधानसभाभाषा

(सी) यंत्र भाषा

(डी) वरीलपैकी काहीही नाही

10] EDSAC म्हणजे _________

(अ) इलेक्ट्रॉनिकविलंबस्टोरेजस्वयंचलितसंगणक

(ब) इलेक्ट्रॉनिक डिस्क्रिट स्टोरेज ऑटोमॅटिक कॉम्प्युटर

(C) इलेक्ट्रॉनिक विलंब सिरीयल स्वयंचलित संगणक

(डी) इलेक्ट्रॉनिक डिस्क्रिट स्टोरेज स्वयंचलित संगणक

1] ऑपरेशन्सचा प्रवाह स्वयंचलितपणे निर्देशित करण्यासाठी सूचना आणि डेटा संगणकाच्या मेमरीमध्ये संग्रहित केला जाऊ शकतो] त्याला _______ संकल्पना म्हणतात]

(अ) वस्तुनिष्ठ प्रोग्रामिंग

(ब) संग्रहितकार्यक्रम

(C) दोन्ही (A) आणि (B)

(डी) वरीलपैकी काहीही नाही

2] "संचयित कार्यक्रम" संकल्पना _______ ने विकसित केली होती.

(अ) मॉरिस विल्क्स

(ब) <u>वॉनन्यूमन</u>

(C) M]H]A] न्यूमन

(डी) वरीलपैकी काहीही नाही

3] इलेक्ट्रॉनिक डिस्क्रिट व्हेरिएबल ऑटोमॅटिक कॉम्प्युटर (EDVAC) होता
____________ संकल्पनेवर डिझाइन केलेले]

(अ) वस्तुनिष्ठ प्रोग्रामिंग

(ब) <u>संग्रहितकार्यक्रम</u>

(C) दोन्ही (A) आणि (B)

(डी) वरीलपैकी काहीही नाही

4] खालीलपैकी कोणते लहान प्रायोगिक मशीन न्यूमनच्या संग्रहित प्रोग्राम
संकल्पनेवर आधारित होते?

(अ) विश्लेषणात्मक इंजिन

(ब) पास्कलिन

(C) <u>मँचेस्टरमार्कआय</u>

(डी) वरीलपैकी काहीही नाही

5] तिसऱ्या पिढीचे संगणक ________ वर आधारित होते

(अ) <u>आयसी</u>

(ब) व्हॅक्यूम ट्यूब

(C) ट्रान्झिस्टर

(डी) वरीलपैकी काहीही नाही

6] EDSAC मध्ये, अतिरिक्त ऑपरेशन ______ मायक्रो मध्ये पूर्ण झाले
सेकंद]

(A) 4000

(ब) 3000

(C) 2000

(डी) <u>१५००</u>

7] ULSI म्हणजे________

(अ) <u>अल्ट्रालार्जस्केलइंटिग्रेशन</u>

(ब) अल्टिमेट लार्ज स्केल इंटिग्रेशन

(C) वरच्या मोठ्या प्रमाणात एकत्रीकरण

(डी) अल्ट्रा लार्ज स्क्रिप्ट इंटिग्रेशन

8] खालीलपैकी चौथ्या पिढीचा संगणक कोणता आहे?

(A) <u>INTEL 4004</u>

(B) IBM 360

(C) IBM 1401

(डी) वरीलपैकी काहीही नाही

9] IC __________ चे बनलेले आहे

(अ) मायक्रोप्रोसेसर

(ब) व्हॅक्यूम ट्यूब

(C) ट्रान्झिस्टर

(डी) वरीलपैकी काहीही नाही

10] आधुनिक संगणकाचे जनक_______

(अ) चार्ल्स बॅबेज

(ब) ॲलनट्युरिंग

(C) टेड हॉफ

(डी) वरीलपैकी काहीही नाही

1] संकरित संगणक म्हणजे _________ चे एकत्रित गुणधर्म

(अ) सूक्ष्म आणि मिनी संगणक

(ब) मिनी आणि सुपर कॉम्प्युटर

(C) मेनफ्रेम आणि सुपर कॉम्प्युटर

(डी) ॲनालॉगआणिडिजिटलसंगणक

2] खालीलपैकी कोणती हँडहेल्ड ऑपरेटिंग सिस्टम वापरते?

(अ) सुपर कॉम्प्युटर

(ब) लॅपटॉप

(सी) मेनफ्रेम

(D) PDA

3] ________ टर्मिनल प्रतिमा तसेच मजकूर प्रदर्शित करू शकते]

(अ) मजकूर

(आ) मुका

(क) ग्राफिकल

(डी) वरीलपैकी काहीही नाही

4] मायक्रो कॉम्प्युटर शब्दाची लांबी ________ च्या दरम्यान असते

(A) 8 आणि 16 बिट

(B) 8 आणि 21 बिट

(C) 8 आणि 24 बिट

(D) 8 आणि 32 बिट

5] सर्वात वेगवान आणि सर्वात महाग संगणक आहेत_______

(अ) सुपरकॉम्प्युटर

(ब) क्वांटम संगणक

(C) मेनफ्रेम संगणक

(D) सूक्ष्म संगणक

6] खालीलपैकी सर्वात लहान आणि वेगवान संगणक कोणता मेंदूच्या कामाचे अनुकरण करतो?

(अ) सुपर कॉम्प्युटर

(ब) <u>क्वांटमसंगणक</u>

(C) मेनफ्रेम संगणक

(D) PDA

7] _______ टर्मिनल डेटावर प्रक्रिया किंवा संचय करत नाही]

(अ) <u>मुका</u>

(ब) बुद्धिमान

(C) दोन्ही (A) आणि (B)

(डी) वरीलपैकी काहीही नाही

8] वापरकर्ता सामान्यतः मेनफ्रेम किंवा सुपर कॉम्प्युटरमध्ये प्रवेश करण्यासाठी _________ लागू करतो?

(अ) नोड

(ब) <u>टर्मिनल</u>

(सी) डेस्कटॉप

(डी) वरीलपैकी काहीही नाही

9] डेस्कटॉप आणि पर्सनल कॉम्प्युटर _________ म्हणूनही ओळखले जातात

(अ) सुपर कॉम्प्युटर

(ब) क्वांटम संगणक

(C) मेनफ्रेम संगणक

(डी) <u>सूक्ष्मसंगणक</u>

10] ग्राफिकल टर्मिनल दोन प्रकारात विभागले गेले आहेत] ते ______ आहेत

(अ) मजकूर आणि मुका

(ब) मुका आणि हुशार

(C) <u>वेक्टरमोडआणिरास्टरमोड</u>

(डी) वरीलपैकी काहीही नाही

1] आर्टिफिशियल इंटेलिजन्स (AI) साठी कोणती भाषा वापरली जाते?

(अ) फोरट्रान

(ब) कोबोल

(क) सी

(D) <u>PROLOG</u>

2] "कृत्रिम बुद्धिमत्ता" ही संज्ञा कोणी तयार केली?

(अ) चार्ल्स बॅबेज

(ब) ऑलन ट्यूनिंग

(C) वॉन न्यूमन

(डी) <u>जॉनमॅककार्थी</u>

3] ___________ हे जैविक न्यूरल नेटवर्कच्या संरचनेवर आधारित संगणकीय मॉडेल आहे?

(A) <u>आर्टिफिशियलन्यूरलनेटवर्क (ANN)</u>

(ब) जैविक नेटवर्क

(C) दोन्ही (A) आणि (B)

(डी) वरीलपैकी काहीही नाही

4] एक न्यूरल नेटवर्क ज्यामध्ये सिग्नल फक्त एकाच दिशेने जातो त्याला ______ म्हणतात.

(अ) <u>फीडफॉरवर्डन्यूरलनेटवर्क</u>

(ब) आवर्ती न्यूरल नेटवर्क

(C) दोन्ही (A) आणि (B)

(डी) वरीलपैकी काहीही नाही

5] ___________ हे इनपुट आणि आउटपुट स्तरांमध्ये अनेक छुपे लेयर्स असलेले कृत्रिम न्यूरल नेटवर्क आहे?

(अ) <u>डीपन्यूरलनेटवर्क</u>

(ब) उथळ न्यूरल नेटवर्क

(C) दोन्ही(A) आणि (B)

(डी) वरीलपैकी काहीही नाही

6] सर्वात प्रसिद्ध रिकरंट न्यूरल नेटवर्क _________ आहे

(अ) परसेप्ट्रॉन्स

(ब) रेडियल बेसिस नेटवर्क्स

(C) <u>हॉपफिल्डनेट</u>

(डी) वरीलपैकी काहीही नाही

7] कोणते न्यूरल नेटवर्क फीडबॅक सिग्नलला अनुमती देते?

(अ) फीड फॉरवर्ड न्यूरल नेटवर्क

(ब) <u>आवर्तीन्यूरलनेटवर्क</u>

(C) दोन्ही (A) आणि (B)

(डी) वरीलपैकी काहीही नाही

8] न्यूरल नेटवर्कचे खालीलपैकी कोणते ऍप्लिकेशन/आहेत?

(अ) नमुना ओळख

(ब) मोबाईल संगणन

(सी) भाषण वाचन (ओठ-वाचन)

(डी) <u>वरीलसर्व</u>

9] स्तरित फीड फॉरवर्ड न्यूरल नेटवर्कमध्ये कोणता अल्गोरिदम वापरला जातो?

(अ) <u>बॅकप्रोपगेशनअल्गोरिदम</u>

(ब) बायनरी शोध

(C) दोन्ही(A) आणि (B)

(डी) वरीलपैकी काहीही नाही

10] रेडियल बेसिस फंक्शन (RBF) नेटवर्कमध्ये ______ स्तर असतात]

(अ) एक

(ब) चार

(क) दोन

(डी) <u>तीन</u>

1] संगणकात वापरण्यात येणारी चिप ______ पासून बनलेली असते

(अ) <u>सिलिकॉन</u>

(ब) आयर्न ऑक्साईड

(C) क्रोमियम

(डी) वरीलपैकी काहीही नाही

2] चौथ्या पिढीचे संगणक ______ वर आधारित होते

(अ) आयसी

(ब) व्हॅक्यूम ट्यूब

(C) ट्रान्झिस्टर

(डी) <u>मायक्रोप्रोसेसर</u>

3] विकसित झालेली पहिली संगणक भाषा ______ होती

(A) COBOL

(ब) पास्कल

(C) बेसिक

(डी) <u>फोरट्रान</u>

4] चारही अंकगणितीय क्रिया (बेरीज, वजाबाकी, गुणाकार, भागाकार) करू शकणारा पहिला कॅल्क्युलेटर होता.

म्हणून ओळखले______

(अ) पास्कलिन

(ब) स्लाइड नियम

(सी) स्टेपरेकनर

(डी) वरीलपैकी काहीही नाही

5] पहिला संगणक स्प्रेडशीट प्रोग्राम __________ होता

(अ) कमळ 1-2-3

(ब) एमएस एक्सेल

(C) VisiCalc

(डी) वरीलपैकी काहीही नाही

6] चौथ्या पिढीच्या भाषेसाठी (4GL) खालीलपैकी कोणते उदाहरण आहे?

(A) COBOL

(ब) पॉवरबिल्डर

(C) फोरट्रान

(डी) वरीलपैकी काहीही नाही

7] VDU म्हणजे __________

(अ) व्हिडिओ डिस्प्ले युनिट

(ब) व्हिज्युअलडिस्प्लेयुनिट

(C) व्हिडिओ विभाजन युनिट

(डी) वरीलपैकी काहीही नाही

8] भाषांतर कार्यक्रमाशिवाय संगणकाद्वारे कोणती भाषा थेट समजते?

(अ) बेसिक

(ब) विधानसभा भाषा

(सी) यंत्रभाषा

(डी) सी भाषा

9] हर्मन हॉलरिथ यांनी __________ नावाचे मशीन विकसित केले

(अ) पास्कलिन

(ब) विश्लेषणात्मक इंजिन

(C) जनगणना टॅब्युलेटर

(डी) टॅब्युलेटिंगमशीन

10] इलेक्ट्रॉनिक विलंब स्टोरेज ऑटोमॅटिक कॉम्प्युटर (EDSAC) चा शोध __________ यांनी लावला होता.

(अ) हर्मन हॉलरिथ

(ब) जेडब्ल्यू मौची

(सी) जॉनवॉनन्यूमन

(डी) वरीलपैकी काहीही नाही

1] कोणते रजिस्टर्स दुय्यम मेमरीशी संवाद साधू शकतात?

(अ) नोंदणी करा

(ब) <u>मेमरीअ‍ॅड्रेसरजिस्टर (MAR)</u>

(C) सूचना रजिस्टर (IR)

(डी) वरीलपैकी काहीही नाही

2] कोणता फ्लिप फ्लॉप डेटा रजिस्टरमध्ये ठेवण्यासाठी वापरला जातो?

(A) <u>D फ्लिपफ्लॉप</u>

(B) JK फ्लिप फ्लॉप

(C) RS फ्लिप फ्लॉप

(डी) वरीलपैकी काहीही नाही

3] ISP म्हणजे________

(अ) निर्देश मानक प्रक्रिया

(ब) निर्देश मानक प्रोसेसर

(सी) माहिती संच प्रक्रिया

(डी) <u>इंस्ट्रक्शनसेटप्रोसेसर</u>

4] डीकोड केलेली सूचना ________ मध्ये संग्रहित केली जाते

(अ) नोंदणी करा

(ब) मेमरी अ‍ॅड्रेस रजिस्टर (MAR)

(C) <u>सूचनानोंदवही (IR)</u>

(डी) वरीलपैकी काहीही नाही

5] संगणकाचा अविभाज्य भाग कोणता नाही?

(A) CPU

(ब) मॉनिटर

(क) उंदीर

(D) <u>UPS</u>

6] कॉम्प्युटर प्रोग्रॅमच्या वारंवार वापरल्या जाणार्‍या सूचना ________ मधून मिळण्याची शक्यता आहे

(अ) हार्ड डिस्क

(ब) रॉम

(सी) रॅम

(डी) <u>कॅशे</u>

7] संगणक प्रक्रियेचा प्राथमिक उद्देश डेटाचे ________ मध्ये रूपांतर करणे आहे.

(अ) तक्ता

(ब) आलेख

(सी) फाइल

(डी) <u>माहिती</u>

8] सिस्टीम युनिटचे मुख्य सर्किट-बोर्ड _________ आहे

(अ) रॅम

(ब) <u>मदरबोर्ड</u>

(C) हार्ड डिस्क

(डी) वरीलपैकी काहीही नाही

9] ALU आणि कंट्रोल युनिटमध्ये ________ नावाची विशेष हेतूची ठिकाणे आहेत.

(अ) <u>नोंदणी</u>

(ब) मदर बोर्ड

(सी) सॉकेट्स

(डी) वरीलपैकी काहीही नाही

10] CPU मेमरी आणि पेरिफेरल्स यांच्यातील संवाद रेषेला __________ म्हणतात.

(अ) नोंदणी

(ब) मदर बोर्ड

(क) <u>बस</u>

(डी) वरीलपैकी काहीही नाही

1] संगणकातील घटकांमधील किंवा संगणकांमधील डेटाचे हस्तांतरण करणारी संप्रेषण प्रणाली म्हणतात

अ] बंदर

ब] <u>बस</u>

क] नोंदणी

ड] वरीलपैकी नाही

2] कोणती बस संगणकाचे सर्व अंतर्गत घटक जसे की CPU आणि मेमरी मुख्य बोर्ड (मदरबोर्ड) शी जोडते?

अ] विस्तार बस

ब] बाह्य बस

क] <u>अंतर्गतबस</u>

ड] वरीलपैकी नाही

३] संगणकाला पेरिफेरल उपकरणांशी जोडणाऱ्या बसला ________ म्हणतात

अ] प्रणाली बस

ब] मेमरी बस

क] समोरील बाजूची बस

ड] <u>बाह्यबस</u>

4] बाह्य बसला __________ असेही संबोधले जाते

अ] प्रणाली बस

ब] मेमरी बस

क] समोरील बाजूची बस

ड] <u>विस्तारबस</u>

5] मेमरी किंवा I/O यंत्रात प्रवेश करण्याची आज्ञा _______ द्वारे केली जाते

अ] पत्ता बस

ब] डेटा बस

C] <u>नियंत्रणबस</u>

ड] वरीलपैकी नाही

६] संगणक बस जी भौतिक पत्ता निर्दिष्ट करण्यासाठी वापरली जाते?

अ] <u>पत्ताबस</u>

ब] डेटा बस

C] नियंत्रण बस

ड] वरीलपैकी नाही

7] एका घटकातून दुसर्‍या घटकामध्ये किंवा संगणकांदरम्यान डेटा हस्तांतरित करणाऱ्या बसला __________ म्हणतात.

अ] पत्ता बस

ब] <u>डेटाबस</u>

C] नियंत्रण बस

ड] वरीलपैकी नाही

8] RISC म्हणजे ________

अ] रिव्हर्स इंस्ट्रक्शन सेट कॉम्प्युटर

B] उलट माहिती संच संगणक

C] कमी केलेला माहिती संच संगणक

ड] <u>कमीसूचनासंचसंगणक</u>

9] ________ हे संगणकाच्या CPU मध्ये अंकगणित आणि तर्कशास्त्र डेटाच्या अल्प-मुदतीसाठी, मध्यवर्ती संचयनासाठी एक रजिस्टर आहे]

अ] <u>संचयक</u>

ब] बस

क] बफर

ड] वरीलपैकी नाही

10] ________ मशीन भाषेत CPU साठी कमांडचा एक समूह आहे]

अ] माहिती संच

ब] <u>सूचनासंच</u>

क] बफर

ड] वरीलपैकी नाही

1] वॉन न्यूमन आर्किटेक्चर _________ आहे

अ] एकाधिक सूचना एकाधिक डेटा(MIMD)

B] सिंगल इंस्ट्रक्शन मल्टिपल डेटा (SIMD)

C] एकाधिक सूचना सिंगल डेटा (MISD)

D] <u>सिंगलइंस्ट्रक्शनसिंगलडेटा(SISD)</u>

2] संगणकातील सिग्नल किंवा डेटाचा मार्ग प्रत्यक्षात नियंत्रित करणाऱ्या प्रोग्रामिंगला _________ म्हणतात.

अ] विधानसभा भाषा प्रोग्रामिंग

ब] मशीन भाषा प्रोग्रामिंग

क] <u>मायक्रोप्रोग्रामिंग</u>

ड] वरीलपैकी नाही

3] CISC म्हणजे _________

अ] कंपाऊंड इंस्ट्रक्शन सेट कॉम्प्युटर

ब] कॉम्प्लेक्स माहिती संच संगणक

क] कंपाऊंड माहिती संच संगणक

ड] <u>कॉम्प्लेक्सइंस्ट्रक्शनसेटकॉम्प्युटर</u>

4] ज्या रजिस्टरमध्ये त्या ठिकाणाचा पत्ता असतो किंवा ज्यावरून डेटा हस्तांतरित करायचा आहे त्याला _________ म्हणून ओळखले जाते.

अ] सूचना नोंदवही

ब] नियंत्रण नोंदवही

क] <u>मेमरीॲड्रेसरजिस्टर</u>

ड] वरीलपैकी नाही

5] काउंटरद्वारे एखाद्या व्यत्ययाकडे तात्पुरते दुर्लक्ष केले जाऊ शकते त्याला _________ म्हणतात

अ] <u>मास्ककरण्यायोग्यव्यत्यय</u>

ब] नॉन-मास्क करण्यायोग्य व्यत्यय

C] वेक्टर केलेला व्यत्यय

ड] वरीलपैकी नाही

6] संगणक सर्व गणिती आणि तार्किक क्रिया त्याच्या _________ मध्ये करतो

अ] व्हिज्युअल डिस्प्ले युनिट

ब] मेमरी युनिट

क] आउटपुट युनिट

ड] <u>सेंट्रलप्रोसेसिंगयुनिट</u>

7] संगणकाचा वेग मोजण्यासाठी खालीलपैकी कोणते एकक वापरले जाऊ शकते?

अ] BAUD

ब] SYPS

क] <u>मिप</u>

ड] वरीलपैकी नाही

8] एक बिट डेटा साठवण्यासाठी वापरलेले सर्किट ______ म्हणून ओळखले जाते

अ] एन्कोडर

ब] किंवा

क] <u>फ्लिपफ्लॉप</u>

ड] वरीलपैकी नाही

9] कंट्रोल युनिट इतर युनिट्सवर नियंत्रण निर्माण करून नियंत्रित करते आणि __________

अ] कमांड सिग्नल

ब] <u>वेळेचेसंकेत</u>

C] हस्तांतरण सिग्नल

ड] वरीलपैकी नाही

10] खालीलपैकी कोणती बस रचना सहसा I/O उपकरणे जोडण्यासाठी वापरली जाते?

अ] <u>एकचबस</u>

ब] एकाधिक बस

क] स्टार बस

ड] वरीलपैकी नाही

1] एक इंटरफेस जो थेट डेटाचे I/O हस्तांतरण प्रदान करतो आणि मेमरी युनिट आणि परिधीय बनवतो त्याला _________ असे म्हणतात.

अ] डीडीए

ब] सीरियल इंटरफेस

C] <u>डायरेक्टमेमरीऍक्सेस (DMA)</u>

ड] वरीलपैकी नाही

2] मूलभूत सूचना ज्याचा संगणकाद्वारे अर्थ लावला जाऊ शकतो त्यात सामान्यतः _________ असते

अ] <u>एकऑपरेंडआणिपत्ता</u>

ब] डिकोडर आणि एक संचयक

सी] अनुक्रम रजिस्टर आणि डीकोडर

ड] वरीलपैकी नाही

3] लोड इंस्ट्रक्शनचा वापर मुख्यतः मेमरीमधून प्रोसेसर रजिस्टरला __________ म्हणून ओळखले जाणारे हस्तांतरण नियुक्त करण्यासाठी केला जातो.

अ] <u>संचयक</u>

ब] सूचना नोंदवही

क] कार्यक्रम काउंटर

ड] मेमरी ॲड्रेस रजिस्टर

4] मायक्रो कॉम्प्युटरमधील घटकांमधील संवाद पत्त्याद्वारे होतो आणि ______

A] I/O बस

ब] <u>डेटाबस</u>

क] पत्ता बस

ड] वरीलपैकी नाही

5] रजिस्टरमध्ये साठवलेल्या डेटावर अंमलात आणलेल्या ऑपरेशनला _______ म्हणतात

अ] मॅक्रो-ऑपरेशन

ब] <u>सूक्ष्मऑपरेशन</u>

क] बिट-ऑपरेशन

ड] वरीलपैकी नाही

6] कोणते रजिस्टर मेमरीमध्ये साठवलेल्या प्रोग्राममधील सूचनांचा मागोवा ठेवते?

अ] पत्ता नोंदवही

ब] इंडेक्स रजिस्टर

क] <u>कार्यक्रमकाउंटर</u>

ड] वरीलपैकी नाही

7] कोणत्या ॲड्रेसिंग मोडमध्ये ऑपरेंड स्पष्टपणे दिलेला आहे सूचना?

अ] निरपेक्ष

ब] <u>तात्काळ</u>

क] अप्रत्यक्ष

ड] थेट

8] आवश्यकतेनुसार, परिणाम CPU मधून मुख्य मेमरीमध्ये _______ ने हस्तांतरित केले जातात.

अ] I/O उपकरणे]

ब] CPU]

C] <u>शिफ्टरजिस्टर्स</u>]

ड] वरीलपैकी नाही]

9] बिट्सचा समूह जो संगणकाला विशिष्ट ऑपरेशन करण्यास सांगतो त्याला
_______ म्हणून ओळखले जाते.

अ] सूचनाकोड

ब] सूक्ष्म ऑपरेशन

क] संचयक

ड] नोंदणी

10] मेमरीमधील स्टोरेज स्थानापर्यंत पोहोचण्यासाठी आणि त्यातील सामग्री
मिळविण्यासाठी लागणाऱ्या सरासरी वेळेला _____ म्हणतात.

अ] विलंब वेळ]

ब] प्रवेशवेळ]

क] टर्नअराउंड वेळ]

D] प्रतिसाद वेळ]

1] अ‍ॅड्रेसिंग मोड जो इन-डिरेक्शन पॉइंटर्सचा वापर करतो _______ आहे

अ] ऑफसेट अ‍ॅड्रेसिंग मोड

ब] रिलेटिव्ह अ‍ॅड्रेसिंग मोड

क] अप्रत्यक्षसंबोधनमोड

D] वरीलपैकी काहीही नाही

2] सूचनांच्या अंमलबजावणीचा सामान्य क्रम बदलण्यासाठी कोणता पत्ता मोड सर्वात
योग्य आहे?

अ] तात्काळ

ब] अप्रत्यक्ष

क] नातेवाईक

ड] वरीलपैकी नाही

3] प्रोसेसर BUS चा विस्तार करण्यासाठी खालीलपैकी कोणता इंटरमीडिएट म्हणून
वापरला जातो?

अ] प्रवेशद्वार

ब] राउटर

क] कनेक्टर

ड] पूल

4] स्थिती ध्वजांची वारंवार तपासणी करून I/O उपकरणांमध्ये प्रवेश करण्याची
पद्धत _________ आहे

अ] मेमरी-मॅप केलेले I/O

B] प्रोग्राम-नियंत्रित I/O

C] I/O मॅप केलेले

ड] वरीलपैकी नाही

5] ज्या प्रक्रियेमध्ये प्रोसेसर सतत स्टेटस फ्लॅग तपासतो तिला _________ असे म्हणतात

अ] <u>मतदान</u>

ब] तपासणी

क] पुनरावलोकन करणे

ड] वरीलपैकी नाही

6] नियंत्रण युनिटमध्ये निर्णय घेण्याची क्षमता प्रदान करणारे शाखा तर्क _______ म्हणून ओळखले जाते

अ] सशर्त हस्तांतरण

ब] <u>बिनशर्तहस्तांतरण</u>

C] दोन्ही (A) आणि (B)

ड] वरीलपैकी काहीही नाही

7] सूचनांद्वारे सुरू होणारे व्यत्यय _______ आहेत

अ] अंतर्गत

ब] बाह्य

क] हार्डवेअर

डी] <u>सॉफ्टवेअर</u>

8] I/O ड्राइव्हद्वारे सुरू होणारे व्यत्यय _________ आहेत

अ] अंतर्गत

ब] <u>बाह्य</u>

C] दोन्ही (A) आणि (B)

ड] वरील सर्व

9] प्रभावी पत्ता मिळविण्यासाठी प्रोग्राम काउंटरची सामग्री सूचनांच्या पत्त्याच्या भागामध्ये जोडली जाते.

_______ म्हणतात

अ] <u>सापेक्षपत्तामोड]</u>

ब] इंडेक्स अॅड्रेसिंग मोड]

C] नोंदणी मोड]

डी] निहित मोड]

10] बायनरी माहिती उजवीकडे किंवा डावीकडे हलवण्यास सक्षम असलेल्या रजिस्टरला ________ म्हणतात.

अ] समांतर नोंदवही]

ब] सिरियल रजिस्टर]

क] शिफ्टरजिस्टर]

डी] स्टोरेज रजिस्टर]

1] बहुतेक उत्पादनांवरील मुद्रित रेषांच्या नमुनाला _________ म्हणतात

अ] ओसीआर

ब] किमती

सी] बारकोड

ड] वरीलपैकी नाही

2] MICR म्हणजे ____________

अ] चुंबकीय शाई रंग ओळखणे

ब] चुंबकीय शाई कोड ओळख

क] चुंबकीय शाई संगणक ओळख

ड] चुंबकीयशाईवर्णओळख

3] ओसीआर प्रकाश स्रोताच्या मदतीने वर्णांचे _______ ओळखतो]

अ] आकार

ब] आकार

क] रंग

ड] वरीलपैकी नाही

4] प्रिंटरचा वेग मोजण्यासाठी कोणते युनिट वापरले जाते?

अ] डीपीआय

ब] सीपीएम

C] PPM

ड] वरीलपैकी नाही

5] खालीलपैकी कोणत्या गटात फक्त इनपुट उपकरणे असतात?

अ] माउस, कीबोर्ड, मॉनिटर

ब] माउस, कीबोर्ड, प्रिंटर

C] माउस, कीबोर्ड, प्लॉटर

ड] माउस, कीबोर्ड, स्कॅनर

6] यूएसबी _______ चा संदर्भ देते

अ] साठवण यंत्र

ब] प्रोसेसर

क] पोर्टप्रकार

ड] वरीलपैकी नाही

7] ओसीआरचा वापर _________ तयार करण्यासाठी केला जातो

अ] वीज बिले

ब] टेलिफोन बिले

क] विमा प्रीमियम

ड] <u>वरीलसर्व</u>

8] जॉयस्टिकचा वापर प्रामुख्याने _________ साठी/साठी केला जातो

अ] मुद्रित मजकूर

ब] चित्र काढा

क] <u>संगणकगेमिंग</u>

ड] वरीलपैकी नाही

9] _______ ला स्क्रीन किंवा मॉनिटर देखील म्हटले जाऊ शकते]

अ] स्कॅनर

ब] <u>प्रदर्शन</u>

क] हार्ड डिस्क

ड] वरीलपैकी नाही

10] संगणक स्पीकर किंवा हेडफोन्स कोणत्या प्रकारची उपकरणे आहेत?

अ] इनपुट

ब] <u>आउटपुट</u>

C] इनपुट/आउटपुट

ड] वरीलपैकी नाही

1] यापैकी कोणते पॉइंटिंग आणि ड्रॉप डिव्हाइस आहे?

अ] स्कॅनर

ब] प्रिंटर

क] कीबोर्ड

ड] <u>उंदीर</u>

2] समांतर बंदर बहुतेकदा _________ द्वारे वापरले जाते

अ] स्कॅनर

ब] <u>प्रिंटर</u>

क] कीबोर्ड

ड] उंदीर

3] हार्ड कॉपी _______ वर तयार केली जाईल

अ] डॉट मॅट्रिक्स प्रिंटर

ब] प्लॉटर

C] टाइप रायटर टर्मिनल

ड] <u>वरीलसर्व</u>

4] प्रिंटर, कीबोर्ड आणि मोडेम यांसारखी बाह्य उपकरणे __________ म्हणून ओळखली जातात

अ] विशेष खरेदी

ब] उपकरणांवर जोडा

क] गौण

ड] वरील सर्व

5] मॉनिटरचे रिझोल्यूशन जितके जास्त असेल तितके __________

अ] पिक्सेल मोठे]

ब] पिक्सेलएकमेकांच्याजवळ]

C] पिक्सेलच्या पुढे]

ड] स्क्रीन कमी स्पष्ट आहे]

6] लेझर प्रिंटरमध्ये, ड्रमच्या __________ पृष्ठभागावर लेसर बीम विचलित करून मुद्रण साध्य केले जाते]

अ] चुंबकीय

ब] विद्युत

क] प्रकाशसंवेदनशील

ड] वरीलपैकी नाही

7] सीआरटीमध्ये ज्या दराने स्कॅनिंगची पुनरावृत्ती होते त्याला __________ म्हणतात

अ] ठराव

ब] रिफ्रेशदर

क] बँडविड्थ

ड] वरीलपैकी नाही

8] परिधीय उपकरणांचे उदाहरण __________ आहे.

अ] प्रिंटर

ब] CPU

क] स्प्रेड शीट

ड] वरीलपैकी नाही

9] ट्रॅकबॉल हे _____ चे उदाहरण आहे

अ] आउटपुट उपकरण

ब] छपाईचे साधन

क] पॉइंटिंगयंत्र

D] वरीलपैकी काहीही नाही

10] माऊस ऑपरेट करण्यासाठी सर्वोत्तम स्थान कोणते आहे?

अ] वापरकर्त्यापासून दूर शेपूट

ब] उजवीकडे तोंड करून शेपूट

क] शेपटी डावीकडे तोंड करून

ड] <u>वापरकर्त्यांच्यादिशनेशेपूट</u>

1] पहिला संगणक माउस _________ यांनी बांधला होता.

अ] <u>डग्लसएंजेलबार्ट</u>

ब] विल्यम इंग्लिश

क] रॉबर्ट झवाकी

ड] वॉन न्यूमन

2] खालीलपैकी कोणते हार्डवेअर नाही?

अ] प्रोसेसर

ब] प्रिंटर

क] उंदीर

ड] <u>जावा</u>

3] CPU मधून संगणकाच्या परिधीय उपकरणांमध्ये डेटाचे हस्तांतरण _________ द्वारे केले जाते

अ] मोडेम

ब] इंटरफेस

क] बफर

D] <u>I/O बंदरे</u>

4] इलेक्ट्रॉनिक घटक असलेल्या पातळ प्लेट किंवा बोर्डला ___________ म्हणतात.

अ] हार्ड डिस्क

ब] रॅम

क] रॉम

ड] <u>सर्किटबोर्ड</u>

5] मुद्रित दस्तऐवज किंवा छायाचित्राचे डिजिटल प्रतिनिधित्व तयार करण्यासाठी __________ वापरला जातो]

अ] व्हिडिओ डिजिटायझर

ब] <u>स्कॅनर</u>

क] मॉनिटर

ड] वरीलपैकी नाही

6] माऊसवरील दोन मानक बटणांमध्ये असलेले चाक _________ साठी वापरले जाते

अ] वेब पृष्ठांवर क्लिक करा]

ब] <u>स्क्रोल]</u>

C] क्लिक करा आणि आयटम निवडा]

डी] वेगवेगळ्या वेब पृष्ठांवर जा

7] संगणकाच्या मेमरीमध्ये प्रविष्ट केलेला कोणताही डेटा आणि सूचना __________ आहे

अ] साठवण

ब] आउटपुट

क] इनपुट

ड] माहिती

8] कोणते इनपुट डिव्हाईस उलथापालथ माऊससारखे दिसते?

अ] ट्रॅकबॉल

ब] सूचक काठी

क] ट्रॅक पॅड

ड] टच पॅड

9] बार-कोड वाचक _______ वाचण्यासाठी प्रकाश वापरतात

A] UPCs

ब] UPSs

क] POS

डी] ऑप्टिकल गुण

10] मॉनिटरचा डिस्प्ले आकार _________ मोजला जातो

अ] तिरपे]

ब] आडवे]

क] अनुलंब]

ड] वरीलपैकी नाही

1] प्रोसेसिंग युनिटकडून डेटा प्राप्त करणार्‍या संगणक किंवा सिस्टम पेरिफेरल्सना __________ म्हणतात

अ] इनपुट उपकरणे

ब] आउटपुटउपकरणे

C] दोन्ही (A) आणि (B)

ड] वरीलपैकी नाही

2] प्रदर्शित स्क्रीन ज्यामध्ये मजकूर एका रंगात सादर केला जातो आणि पार्श्वभूमी इतर कोणत्याही रंगाची असते त्याला _________ म्हणतात.

अ] मोनोक्रोमस्क्रीन

ब] उच्च रिझोल्यूशन स्क्रीन

C] कमी रिझोल्यूशन स्क्रीन

D] मध्यम रिझोल्यूशन स्क्रीन

3] LED म्हणजे ___________

अ] कमी उत्सर्जन प्रदर्शन

ब] द्रव उत्सर्जक प्रदर्शन

C] कमी उत्सर्जन करणारा डायोड

D] प्रकाशउत्सर्जकडायोड

4] वर्तमान स्थिती दर्शवण्यासाठी संगणकाच्या स्क्रीनवर वापरल्या जाणाऱ्या मार्करला ___________ म्हणतात.

अ] रंगीत मार्कर

ब] स्थिती तपासणारा

C] कर्सर

ड] वरीलपैकी नाही

5] संगणकातील मजकूर आणि संख्यात्मक डेटा प्रविष्ट करण्यासाठी खालीलपैकी कोणते उपकरण वापरले जाते?

अ] प्लॉटर

ब] स्कॅनर

क] प्रिंटर

ड] कीबोर्ड

6] प्रिंटर रिझोल्यूशन सहसा ___________ मध्ये मोजले जाते

अ] कॅरेक्टर्स प्रति मिनिट (CPM)

B] पिक्सेल प्रति इंच (PPI)

C] पृष्ठे प्रति मिनिट (PPM)

D] डॉट्सप्रतिइंच (DPI)

7] ___________ हे एक इनपुट उपकरण आहे जे ॲनालॉग माहितीचे डिजिटल स्वरूपात रूपांतर करते]

अ] प्लॉटर

ब] ट्रॅक बॉल

क] हलका पेन

ड] डिजिटायझर

8] ___________ हा एक विशेष प्रकारचा ऑप्टिकल स्कॅनर आहे जो पेन किंवा पेन्सिलने बनवलेल्या चिन्हाचा प्रकार ओळखण्यासाठी वापरला जातो]

अ] ऑप्टिकल कॅरेक्टर रीडर

B] बार कोड रीडर

C] ऑप्टिकलमार्करीडर

ड] वरीलपैकी नाही

9] खालीलपैकी कोणता नॉन-मिसिव डिस्प्ले आहे?

अ] एलईडी

ब] एलसीडी

C] दोन्ही (A) आणि (B)

ड] वरीलपैकी नाही

10] __________ प्रिंटर अक्षरे रिबनवर मारून छापतात जी नंतर कागदावर दाबली जातात]

अ] प्रभाव

ब] नॉन इम्पॅक्ट

C] दोन्ही (A) आणि (B)

ड] वरीलपैकी नाही

1] क्रेडिट कार्डवरील माहिती वाचण्यासाठी कोणते इनपुट उपकरण वापरले जाते?

अ] ग्राफिक टॅब्लेट

ब] अंकीय कीबोर्ड

C] बार कोड रीडर

ड] चुंबकीयपट्टीवाचक

2] LCD म्हणजे __________

अ] हलका क्रिस्टल डिस्प्ले

ब] कमी क्रिस्टल डिस्प्ले

C] कमी क्रिस्टल डिस्प्ले

ड] लिक्विडक्रिस्टलडिस्प्ले

3] खालीलपैकी कोणता उंदीर म्हणून काम करतो?

अ] कीबोर्ड

ब] स्कॅनर

क] ट्रॅकबॉल

ड] वरीलपैकी नाही

4] संगणक ऑपरेटरने केलेले काम संगणकाच्या कोणत्या भागात दाखवले जाते?

अ] CPU

ब] VDU

C] ALU

ड] वरीलपैकी नाही

5] ज्यामध्ये अक्षरानुसार मजकूर वर्णाचे फोटो स्कॅनिंग, प्रतिमेतील स्कॅन केलेले विश्लेषण आणि नंतर

वर्ण प्रतिमेचे अक्षर कोडमध्ये भाषांतर?

अ] <u>ओसीआर</u>

ब] OMR

सी] बार कोड रीडर

ड] वरीलपैकी नाही

6] ओसीआर प्रक्रियेत, जेव्हा एखादे वर्ण ओळखले जाते, तेव्हा ते _________ कोडमध्ये रूपांतरित केले जाते]

अ] बायनरी

ब] <u>ASCII</u>

C] दोन्ही (A) आणि (B)

ड] वरीलपैकी नाही

7] लेझर प्रिंटर आणि इंक-जेट प्रिंटर _________ चे उदाहरण आहेत

अ] प्रभाव

ब] <u>नॉनइम्पॅक्ट</u>

C] दोन्ही (A) आणि (B)

ड] वरीलपैकी नाही

8] अनेक विमानांच्या कॉकपिटमध्ये खालीलपैकी कोणते प्रमुख उड्डाण नियंत्रण म्हणून वापरले जाते?

अ] ग्राफिक टॅब्लेट

ब] <u>जॉयस्टिक</u>

C] बार कोड रीडर

ड] चुंबकीय पट्टी वाचक

9] TFT म्हणजे _________

अ] जाड फिल्म ट्रान्झिस्टर

ब] <u>पातळफिल्मट्रान्झिस्टर</u>

क] पातळ फिल्म ट्रान्समीटर

ड] जाड फिल्म ट्रान्समीटर

10] उत्पादनाची माहिती इनपुट करण्यासाठी पॉइंट ऑफ सेल्सवर खालीलपैकी कोणता वापरला जातो?

अ] ग्राफिक टॅब्लेट

ब] MICR

C] <u>बारकोडरीडर</u>

ड] चुंबकीय पट्टी वाचक

1] क्रेडिट कार्डसाठी पिन नंबर टाकण्यासाठी कोणते इनपुट उपकरण वापरले जाते?

अ] ग्राफिक टॅब्लेट

ब] <u>संख्यात्मकपॅड</u>

C] बार कोड रीडर

ड] चुंबकीय पट्टी वाचक

2] ____________ हे बार कोडेड डेटा वाचण्यासाठी वापरले जाणारे उपकरण आहे (प्रकाश आणि गडद रेषा आहेत)]

अ] ग्राफिक टॅब्लेट

ब] संख्यात्मक पॅड

C] <u>बारकोडरीडर</u>

ड] चुंबकीय पट्टी वाचक

3] कोणते इनपुट डिव्हाइस सामान्यतः लॅपटॉपचे मानक वैशिष्ट्य आहे?

अ] ग्राफिक टॅब्लेट

ब] अंकीय कीबोर्ड

क] <u>टचपॅड</u>

ड] चुंबकीय पट्टी वाचक

4] ____________ ही अशी उपकरणे आहेत जी विद्युत उर्जेचे प्रकाशात रूपांतर करतात]

अ] <u>उत्सर्जितडिस्प्ले</u>

ब] नॉन-इमिसिव्ह डिस्प्ले

C] दोन्ही (A) आणि (B)

ड] वरीलपैकी नाही

5] चेकवरील चुंबकीय अक्षरे वाचण्यासाठी बँकांमध्ये खालीलपैकी कोणते इनपुट उपकरण वापरले जाते?

अ] ओसीआर

ब] <u>MICR</u>

C] बार कोड रीडर

ड] चुंबकीय पट्टी वाचक

6] ____________ प्रिंटर रिबन न वापरता अक्षरे मुद्रित करतात आणि ते एका वेळी पूर्ण पृष्ठ मुद्रित करू शकतात]

अ] प्रभाव

ब] <u>नॉनइम्पॅक्ट</u>

C] दोन्ही (A) आणि (B)

D] वरीलपैकी काहीही नाही

7] इम्पॅक्ट प्रिंटर _______ प्रकारांमध्ये विभागले जाऊ शकतात]

अ] चार

ब] सहा

क] तीन

ड] <u>दोन</u>

8] _________ प्रिंटर हे प्रिंटर आहेत जे एका वेळी एक अक्षर छापतात]

अ] लेसर

ब] ढोल

क] साखळी

ड] <u>डॉटमॅट्रिक्स</u>

9] खालीलपैकी कोणते कॅरेक्टर प्रिंटरचे उदाहरण आहे?

अ] लेसर

ब] ढोल

क] साखळी

ड] <u>डेझीव्हील</u>

10] लाइन प्रिंटरसाठी खालीलपैकी कोणते उदाहरण आहे?

अ] लेसर

ब] <u>ढोल</u>

क] डेझी व्हील

ड] डॉट मॅट्रिक्स

1] नॉन-इम्पॅक्ट प्रिंटर _________ तंत्रज्ञान वापरतात]

अ] इलेक्ट्रोस्टॅटिक आणि रासायनिक

ब] थर्मल

क] इंकजेट

ड] <u>वरीलसर्व</u>

2] कोणते प्रिंटर प्रिंट हेड आणि पेपर यांच्यातील यांत्रिक संपर्कादवारे आउटपुट तयार करतात?

अ] <u>प्रभाव</u>

ब] प्रभाव नसलेला

C] दोन्ही (A) आणि (B)

ड] वरीलपैकी नाही

3] _______ हे वेक्टर ग्राफिक्स मुद्रित करण्यासाठी संगणक प्रिंटर आहे]

अ] <u>प्लॉटर</u>

ब] प्रोजेक्टर

C] दोन्ही (A) आणि (B)

ड] वरीलपैकी नाही

4] प्लॉटरला __________ प्रकारांमध्ये विभागले जाऊ शकते]

अ] तीन

ब] सहा

क] चार

ड] <u>दोन</u>

5] मॉनिटरचा रिफ्रेश दर ________ मध्ये मोजला जातो

अ] बाइट

ब] सेकंद

क] <u>हर्ट्झ</u>

ड] वरीलपैकी नाही

6] DLP प्रोजेक्टरमध्ये DLP म्हणजे ________

अ] थेट प्रकाश प्रक्रिया

ब] थेट कमी प्रक्रिया

क] डिजिटल लो प्रोसेसिंग

ड] <u>डिजिटललाइटप्रोसेसिंग</u>

7] __________ हे आठ किंवा अधिक डेटा वायर जोडण्यासाठी इंटरफेस आहे]

अ] सीरियल पोर्ट

ब] फायर वायर

क] <u>समांतरबंदर</u>

ड] वरीलपैकी नाही

8] ________ हा सिरीयल बससाठी हाय-स्पीड रिअल-टाइम इंटरफेस आहे आणि त्यात 400 Mbps पर्यंत डेटा ट्रान्सफर आहे]

अ] सीरियल पोर्ट

ब] <u>फायरवायर</u>

क] समांतर बंदर

ड] वरीलपैकी नाही

9] __________ एका वायरद्वारे थोडासा डेटा प्रसारित करतो]

अ] <u>सीरियलपोर्ट</u>

ब] फायर वायर

क] समांतर बंदर

ड] वरीलपैकी नाही

10] दोन रंगीत पिक्सेलमधील कर्ण अंतर कोणता आहे?

अ] रिफ्रेश दर

ब] <u>डॉटपिच</u>

C] दोन्ही (A) आणि (B)

D] वरीलपैकी काहीही नाही

1] _________ हे एक इनपुट उपकरण आहे जे वापरकर्त्याने संगणकाच्या स्क्रीनवर बोट ठेवल्यावर इनपुट स्वीकारते]

अ] जॉय स्टिक

ब] हलका पेन

क] ट्रॅकबॉल

ड] <u>टचस्क्रीन</u>

2] ऑप्टिकल कॅरेक्टर रिकग्निशन (ओसीआर) याला _________ म्हणून देखील ओळखले जाते

अ] बुद्धिमान कोड ओळख

ब] इंटरमीडिएट कोड ओळख

क] मध्यवर्ती वर्ण ओळख

ड] <u>बुद्धिमानवर्णओळख</u>

3] __________ हे हातातील इलेक्ट्रो-ऑप्टिकल पॉइंटिंग यंत्र आहे] याला माऊस पेन देखील म्हणतात]

अ] जॉय स्टिक

ब] <u>हलकापेन</u>

क] ट्रॅकबॉल

ड] टच स्क्रीन

4] जॉयस्टिक ______ दिशेने हालचालींना परवानगी देते]

अ] वर आणि खाली

ब] डावे आणि उजवे

C] <u>दोन्ही (A) आणि (B)</u>

ड] वरीलपैकी नाही

5] मूलभूत टच स्क्रीनमध्ये तीन मुख्य घटक असतात] त्यात टच सेन्सर, कंट्रोलर आणि _________ यांचा समावेश होतो

अ] ट्रान्समीटर

B] प्राप्तकर्ता

C] <u>सॉफ्टवेअरड्रायव्हर</u>

ड] वरीलपैकी नाही

6] _________ बाह्य बस मानक डिजिटल उपकरणांवर आणि वरून डेटा हस्तांतरित करण्यासाठी वापरले जाते]

अ] सीरियल पोर्ट

ब] फायर वायर

क] समांतर बंदर

ड] <u>यूएसबी</u>

7] _________ प्रिंटरला पिन प्रिंटर असेही म्हणतात]

अ] लेसर

ब] ढोल

क] डेझी व्हील

ड] <u>डॉटमॅट्रिक्स</u>

8] खालीलपैकी कोणत्याला परावर्तित स्कॅनर असेही म्हणतात?

अ] हँडहेल्ड स्कॅनर

ब] <u>फ्लॅटबेडस्कॅनर</u>

क] ड्रम स्कॅनर

ड] वरीलपैकी नाही

9] हस्तगत केलेल्या सामग्रीवर हाताने हलवलेला स्कॅनर _________ म्हणून ओळखला जातो

अ] शीटफेड स्कॅनर

ब] फ्लॅटबेड स्कॅनर

क] ड्रम स्कॅनर

ड] <u>हँडहेल्डस्कॅनर</u>

10] MICR _________ स्वरूपात त्यांच्या आकारांचे परीक्षण करून वर्णांचे वाचन करते]

अ] बायनरी

ब] ASCII

क] <u>मॅट्रिक्स</u>

ड] वरीलपैकी नाही

1] तुम्हाला "QWERTY" अक्षरे कुठे सापडतील?

अ] जॉय स्टिक

ब] हलका पेन

क] संख्यात्मक पॅड

ड] <u>कीबोर्ड</u>

2] हलक्या पेनमध्ये काय असते?

अ] आघाडी

ब] शाई

C] <u>प्रकाशसंवेदनाघटक</u>

ड] वरीलपैकी नाही

3] __________ हे रेकॉर्डिंग आणि प्ले करण्यासाठी डिझाइन केलेले प्रोटोकॉल आहे डिजिटल सिंथेसायझरवर बॅक म्युझिक]

अ] म्युझिकल इंटरफेस

B] ग्राफिकल यूजर इंटरफेस (GUI)

C] म्युझिकलडिजिटलइन्स्ट्रुमेंटइंटरफेस (MIDI)

ड] वरीलपैकी नाही

4] रोबोटिक्स आणि व्हर्च्युअल रिऑलिटीमध्ये स्पर्श संवेदना आणि सूक्ष्म-गति नियंत्रण सुलभ करणारे परस्परसंवादी उपकरण कोणते आहे?

अ] हलका पेन

ब] जॉयस्टिक

C] डेटाग्लोव्ह

ड] वरीलपैकी नाही

5] विशेष I/O उपकरणे जसे की, जॉय स्टिक, डेटा ग्लोव्ह __________ अनुप्रयोगांमध्ये गुंतलेली आहेत]

अ] फोटोनिक्स

ब] हॅप्टिक्स

क] अज्ञेयवादी

ड] वरीलपैकी नाही

उत्तर द्या

6] कोणते उपकरण सामान्यत: संगणक कीबोर्डला जोडण्यायोग्य आहे जे अंध लोकांना वाचू देते?

अ] हलका पेन

ब] जॉयस्टिक

क] टच स्क्रीन

ड] ब्रेलडिस्प्ले

7] अनेक डॉट मॅट्रिक्स प्रिंटर __________ आहेत

अ] एकदिशात्मक

ब] द्वि-दिशात्मक

क] बहु-दिशात्मक

ड] वरीलपैकी नाही

8] कोणता हार्डवेअर घटक किंवा घटकांची प्रणाली आहे जी माणसाला संगणकाशी संवाद साधू देते?

अ] इंटरफेसडिव्हाइस (आयडीएफ)

B] ग्राफिकल यूजर इंटरफेस (GUI)

C] म्युझिकल डिजिटल इन्स्ट्रुमेंट इंटरफेस (MIDI)

ड] वरीलपैकी नाही

9] दस्तऐवज छापण्यासाठी प्रिंटरला कमांड पाठवण्यासाठी वापरण्यात येणारी एस्केप कोड भाषा कोणती आहे?

अ] पोस्टस्क्रिप्ट

B] PCL

C] दोन्ही (A) आणि (B)

ड] वरीलपैकी नाही

10] PCL म्हणजे __________

A] प्रिंट कोड भाषा

ब] प्रिंटर कोड भाषा

C] प्रिंटर अक्षर भाषा

D] प्रिंटरकमांडभाषा

1] __________ ही प्रिंटर भाषा आहे जी इंग्रजी वाक्ये आणि प्रोग्रामेटिक रचना वापरते प्रिंटरवर छापलेले पृष्ठ]

अ] पोस्टस्क्रिप्ट

B] PCL

C] दोन्ही (A) आणि (B)

ड] वरीलपैकी नाही

2] __________ हे एक साधन आहे जे व्यक्तीचे शारीरिक किंवा वर्तणूक वैशिष्ट्ये ओळखते]

अ] स्मार्ट कार्ड रीडर

B] ऑप्टिकल कॅरेक्टर रीडर (OCR)

C] ऑप्टिकल मार्क रीडर (OCR)

ड] बायोमेट्रिकसेन्सर

3] प्रिंटर रिझोल्यूशन हे मुद्रण गुणवत्तेचे एक संख्यात्मक माप आहे जे ________ मध्ये मोजले जाते

अ] पृष्ठे प्रति मिनिट (PPM)

B] लाइन्स प्रति मिनिट (LPM)

C] प्रति सेकंद वर्ण (CPS)

D] डॉट्सप्रतिइंच (DPI)

4] लेझर प्रिंटरमधील टोनर किंवा शाई ________ आहे

अ] कोरडे

ब] ओले

C] एकतर (A) किंवा (B)

ड] वरीलपैकी नाही

5] थर्मल ट्रान्सफर प्रिंटर हा __________ प्रिंटर आहे जो उष्णता वापरतो कागदावर छाप नोंदवण्यासाठी]

अ] प्रभाव

ब] <u>प्रभावनसलेला</u>

C] दोन्ही (A) आणि (B)

ड] वरीलपैकी नाही

6] थर्मल ट्रान्सफर प्रिंटर _______ प्रकारांमध्ये विभागले जाऊ शकते]

अ] तीन

ब] चार

क] सहा

ड] <u>दोन</u>

7] डायरेक्ट थर्मल प्रिंटर __________ वापरत नाही

अ] उष्णता

ब] लेपित कागद

क] <u>रिबन</u>

ड] वरीलपैकी नाही

8] खालीलपैकी कोणता प्रिंटर थर्मल ट्रान्सफर रिबन वापरतो ज्यामध्ये मेणावर आधारित शाई असते?

अ] डायरेक्ट थर्मल

ब] <u>थर्मलमेणहस्तांतरण</u>

C] दोन्ही (A) आणि (B)

ड] वरीलपैकी नाही

9] __________ हे एक उपकरण आहे जे विविध प्रकारचे कार्य करते जे अन्यथा स्वतंत्र परिधीय उपकरणांद्वारे केले जाईल]

अ] सिंगल फंक्शन पेरिफेरल

ब] <u>मल्टीफंक्शनपेरिफेरल</u>

क] ड्युअल फंक्शन पेरिफेरल

ड] वरीलपैकी नाही

10] इम्पॅक्ट प्रिंटर _______ आहे/आहेत

A] डॉट मॅट्रिक्स प्रिंटर

ब] लाइन प्रिंटर

क] डेझी व्हील प्रिंटर

ड] <u>वरीलसर्व</u>

1] _________ हा शब्द डेटा स्टोरेज सिस्टीमचा संदर्भ देतो ज्यामुळे संगणक किंवा इलेक्ट्रॉनिक उपकरणाला डेटा संग्रहित करणे आणि पुनर्प्राप्त करणे शक्य होते]

अ] इनपुट तंत्रज्ञान

ब] आउटपुट तंत्रज्ञान

क] <u>स्टोरेजतंत्रज्ञान</u>

ड] वरीलपैकी नाही

2] _________ म्हणजे एका स्टोरेज डिव्हाईस ऍक्सेसच्या सुरुवातीपासून पुढील ऍक्सेस सुरू करण्यापर्यंतची वेळ]

अ] मोड

ब] <u>प्रवेशवेळ</u>

C] क्षमता

ड] वरीलपैकी नाही

3] सीपीयूशी थेट संवाद साधणाऱ्या मेमरी युनिटला _________ म्हणतात

अ] दुय्यम किंवा सहायक मेमरी

ब] <u>प्राथमिककिंवामुख्यमेमरी</u>

C] दोन्ही (A) आणि (B)

ड] वरीलपैकी नाही

4] कोणती मेमरी मोठ्या प्रमाणात डेटा साठवते आणि डेटा थेट CPU द्वारे प्रक्रिया केली जाऊ शकत नाही?

अ] <u>दुय्यमकिंवासहायकमेमरी</u>

ब] प्राथमिक किंवा मुख्य मेमरी

C] दोन्ही (A) आणि (B)

ड] वरीलपैकी नाही

5] खालीलपैकी कोणते हार्ड डिस्क परफॉर्मन्स पॅरामीटर आहे/आहेत?

अ] वेळ मागणे

ब] विलंब कालावधी

क] प्रवेश वेळ

ड] <u>वरीलसर्व</u>

6] डिस्कची सामग्री जी उत्पादनाच्या वेळी रेकॉर्ड केली जाते आणि जी वापरकर्ता बदलू किंवा मिटवू शकत नाही.

अ] फक्त लिहा

ब] <u>फक्तवाचा</u>

C] दोन्ही (A) आणि (B)

ड] वरीलपैकी नाही

7] खालीलपैकी कोणती मेमरी एमओएस कॅपेसिटरचा मेमरी सेल म्हणून वापर करते?

A] SRAM

ब] DRAM

क] रॉम

ड] फिफो

8] एक निबल _________ च्या समान आहे

A] 4 बिट

ब] 8 बिट

C] 16 बिट

डी] 32 बिट

9] एक बाइट 0 आणि _________ मधील कोणतीही संख्या दर्शवू शकतो

अ] ३१२

ब] 255

क] 1024

ड] 1025

10] खालीलपैकी कोणती मेमरी चिप जलद आहे?

अ] DRAM

ब] SRAM

C] दोन्ही (A) आणि (B)

ड] वरीलपैकी नाही

1] 'गीगा बाइट' हा शब्द _________ च्या बरोबरीचा आहे

A] 1024 बाइट

ब] 1024 KB

C] 1024 GB

डी] 1024 एमबी

2] _________ हे हार्डवेअर उपकरणे किंवा प्रोग्राम प्रक्रियांद्वारे सामायिक केलेले डेटा क्षेत्र आहे जे वेगवेगळ्या वेगाने किंवा वेगवेगळ्या प्राधान्यक्रमांसह कार्य करतात]

अ] फ्लॅश मेमरी

ब] आभासी मेमरी

क] बफर

ड] वरीलपैकी नाही

3] __________ म्हणजे तात्पुरत्या स्टोरेज क्षेत्रातून संगणकाच्या कायमस्वरूपी मेमरीमध्ये संगणक डेटाचे हस्तांतरण.

अ] फ्लॅश

ब] आभासी

क] <u>बफरफ्लश</u>

ड] वरीलपैकी नाही

4] जी सर्व प्रकारच्या सॉलिड स्टेट मेमरीसाठी एक सामान्य संज्ञा आहे ज्यात वेळोवेळी त्यांची मेमरी सामग्री असणे आवश्यक नसते

ताजेतवाने]

अ] अस्थिर स्मृती

ब] <u>अस्थिरस्मृती</u>

C] दोन्ही (A) आणि (B)

ड] वरीलपैकी नाही

5] __________ हे कॉम्प्युटर स्टोरेज आहे जे डिव्हाइस चालू असताना फक्त त्याचा डेटा राखते]

अ] <u>अस्थिरस्मृती</u>

ब] अस्थिर स्मृती

C] दोन्ही (A) आणि (B)

ड] वरीलपैकी नाही

6] __________ ही एक प्रकारची नॉन-अस्थिर मेमरी आहे जी डेटा मिटवते एककांना ब्लॉक म्हणतात]

अ] <u>फ्लॅशमेमरी</u>

ब] आभासी मेमरी

क] बफर

ड] वरीलपैकी नाही

7] __________________ हे ऑपरेटिंग सिस्टीमचे वैशिष्ट्य आहे जे संगणकाला RAM वरून डिस्क स्टोरेजमध्ये डेटाची पृष्ठे तात्पुरते हस्तांतरित करून भौतिक मेमरीची कमतरता भरून काढू देते]

अ] फ्लॅश मेमरी

ब] <u>आभासीमेमरी</u>

क] बफर

ड] वरीलपैकी नाही

8] __________ ही डिस्कला ट्रॅक आणि सेक्टरमध्ये विभाजित करण्याची प्रक्रिया आहे]

अ] <u>स्वरूपन</u>

ब] ट्रॅकिंग

क] वाटप करणे

ड] वरीलपैकी नाही

९] माहिती साठवण्यासाठी संगणक वापरत असलेले प्राथमिक उपकरण _________ आहे

अ] फ्लॉपी डिस्क

ब] मॉनिटर

क] <u>हार्डड्राइव्ह</u>

ड] वरीलपैकी नाही

१०] काढता येण्याजोग्या चुंबकीय डिस्कमध्ये माहिती असते _________

अ] <u>फ्लॉपीडिस्क</u>

ब] हार्ड ड्राइव्ह

C] मॉनिटर

ड] वरीलपैकी नाही

1] खालीलपैकी कोणता प्रकार व्हिडिओ अडॅप्टर किंवा 3D प्रवेगकांसाठी वापरला जाणारा RAM आहे?

अ] DRAM

ब] SRAM

क] SGRAM

ड] <u>VRAM</u>

2] खालीलपैकी कोणती घड्याळ-समक्रमित रॅम आहे जी व्हिडिओ मेमरीसाठी वापरली जाते?

अ] DRAM

ब] SRAM

क] <u>SGRAM</u>

ड] वरीलपैकी नाही

3] _________ ही रीड ओन्ली मेमरी (ROM) मधून बेसिक इनपुट/आउटपुट ऑपरेटिंग सिस्टम (BIOS) रूटीनची एक प्रत आहे जेणेकरुन ते अधिक द्रुतपणे ऍक्सेस करता येतील]

अ] डायनॅमिक रॅम

ब] <u>छायारॅम</u>

C] सिंक्रोनस ग्राफिक्स रॅम

ड] व्हिडिओ रॅम

4] कोणती मेमरी त्याच्या मेमरी सेलमध्ये कॅपेसिटर वापरत नाही?

अ] <u>SRAM</u>

ब] DRAM

क] रॉम

ड] वरीलपैकी नाही

5] RAM मध्ये साठवलेली माहिती __________ असणे आवश्यक आहे

अ] तपासा

ब] सुधारणे

C] वेळोवेळीरीफ्रेशकरा

ड] वरीलपैकी नाही

6] स्मृती __________ ने बनलेली असते

अ] तारांचा संच

ब] मोठ्यासंख्येनेपेशी

C] सर्किट्सचा संच

ड] वरीलपैकी नाही

7] __________ ही डिव्हाइसची विनंती केलेल्या डेटावर थेट 'उडी मारण्याची' क्षमता आहे

अ] अनुक्रमिक प्रवेश

ब] याद‌च्छिकप्रवेश

क] जलद प्रवेश

ड] वरीलपैकी नाही

8] आभासी मेमरी __________ आहे

अ] एक अत्यंत मोठी मुख्य मेमरी

ब] एक अत्यंत मोठी दुय्यम स्मृती

C] सुपर कॉम्प्युटरमध्ये वापरलेला एक प्रकार

डी] अत्यंतमोठ्यामुख्यस्मृतीचाभ्रम

9] खालीलपैकी कोणते ऑप्टिकल डिस्कचे उदाहरण आहे?

अ] चुंबकीय डिस्क

ब] मेमरी डिस्क

C] डिजिटलव्हर्सटाइलडिस्क

ड] वरीलपैकी नाही

10] पॉवर बंद असताना कॅशे आणि मुख्य मेमरी त्यांची सामग्री ठेवण्यास सक्षम होणार नाहीत] ते __________ आहेत

अ] स्थिर

ब] गतिमान

क] अस्थिर

ड] <u>अस्थिर</u>

1] संगणक प्रणालीसाठी ज्या हार्डवेअरमध्ये डेटा संग्रहित केला जाऊ शकतो त्याला
_________ म्हणतात.

अ] नोंदणी

ब] बस

C] कंट्रोल युनिट

ड] <u>स्मृती</u>

2] खालीलपैकी कोणती मेमरी इलेक्ट्रॉनिक्स वेगाने कार्य करण्यास सक्षम आहे?

अ] चुंबकीय डिस्क

ब] चुंबकीय ड्रम

क] <u>सेमीकंडक्टरमेमरी</u>

ड] वरीलपैकी नाही

3] ज्या आठवणींमध्ये कोणत्याही ठिकाणाचा पत्ता निर्दिष्ट केल्यानंतर ठराविक वेळेत
पोहोचता येते त्याला _________ म्हणतात.

अ] अनुक्रमिक प्रवेश मेमरी

ब] <u>याद्दच्छिकप्रवेशमेमरी</u>

क] द्रुत प्रवेश मेमरी

ड] मास स्टोरेज

4] खालीलपैकी कोणती यूजर प्रोग्राम केलेली सेमीकंडक्टर मेमरी आहे?

अ] SRAM

ब] DRAM

C] <u>EPROM</u>

ड] वरीलपैकी नाही

5] _____________ ही एक प्रकारची नॉन-अस्थिर स्मृती आहे जी सामग्रीच्या पातळ
थराने बनलेली असते जी फक्त एकाच दिशेने सहजपणे चुंबकीकृत केली जाऊ शकते]

अ] <u>बबलस्मृती</u>

ब] रॅम

क] SRAM

ड] वरीलपैकी नाही

6] चुंबकीय स्टोरेज चिप्स डेटाचे अ-अस्थिर थेट प्रवेश संचयन प्रदान करण्यासाठी
वापरल्या जातात आणि ज्याचे कोणतेही हलणारे भाग नाहीत

म्हणून ओळखले_________

अ] चुंबकीय कोर मेमरी

ब] चुंबकीय टेप मेमरी

C] चुंबकीय डिस्क मेमरी

ड] <u>चुंबकीयबबलमेमरी</u>

7] ___________ ही एक अतिशय उच्च गतीची मेमरी आहे जी मध्यभागी ठेवली जाते

RAM आणि CPU]

अ] चुंबकीय डिस्क

ब] चुंबकीय ड्रम

क] आभासी मेमरी

ड] <u>कॅशेमेमरी</u>

8] EDODRAM म्हणजे ___________

अ] विस्तारित डिजिटल आउटपुट डायनॉमिक रॅम

ब] विस्तारित डायनॉमिक आउटपुट डिजिटल रॅम

C] विस्तारित डेटा आउटपुट डिजिटल रॅम

D] <u>विस्तारितडेटाआउटपुटडायनॉमिकरॅम</u>

9] बाइट हा ________ चा संग्रह आहे

A] 4 बिट

ब] 12 बिट

C] 6 बिट

D] <u>8 बिट</u>

10] खालीलपैकी कोणता शब्द मुख्य मेमरीशी सर्वात जवळचा संबंध आहे?

अ] अस्थिर

ब] कायम

क] <u>तात्पुरता</u>

ड] वरीलपैकी नाही

1] व्हर्च्युअल स्टोरेज अंतर्गत ________

अ] दोन किंवा अधिक प्रोग्राम्स प्राथमिक स्टोरेजमध्ये साठवले जातात

B] <u>प्राथमिकस्टोरेजमध्येप्रोग्रामचीफक्तसक्रियपृष्ठे</u>

क] आंतर-कार्यक्रम, हस्तक्षेप होऊ शकतो

ड] वरीलपैकी नाही

2] दुय्यम स्टोरेजशी तुलना केल्यास, प्राथमिक स्टोरेज ______ आहे

अ] हळू आणि महाग

ब] हळू आणि स्वस्त

क] जलद आणि स्वस्त

ड] <u>जलदआणिमहाग</u>

3] रॉम सेमीकंडक्टर चिपमध्ये सॉफ्टवेअर/प्रोग्राम्स ठेवण्याच्या तंत्राला _______ म्हणतात.

अ] प्रोम

B] EPROM

क] <u>फर्मवेअर</u>

ड] वरीलपैकी काहीही नाही

4] _______ निर्माता किंवा संगणक वापरकर्ता एकतर एकदा प्रोग्राम केला जाऊ शकतो] एकदा प्रोग्राम केला की ते शक्य नाही

सुधारित करा]

अ] प्रोम

ब] EPROM

क] रॅम

ड] <u>रॉम</u>

5] आभासी मेमरी कार्यान्वित करण्याचे तंत्र जेथे मेमरी निश्चित आकाराच्या मेमरीच्या युनिट्समध्ये विभागली जाते __________

अ] <u>पेजिंग</u>

ब] डी-फ्रॅगमेंट्स

क] विभाजन

ड] वरीलपैकी काहीही नाही

6] स्टोरेज डिव्हाईस जिथे संग्रहित माहिती पुनर्प्राप्त करण्याची वेळ ती साठवलेल्या पत्त्यापासून स्वतंत्र असते याला _______ म्हणतात

अ] <u>याद्दच्छिकप्रवेशमेमरी</u>

ब] दुय्यम स्मृती

क] प्रणाली

ड] वरीलपैकी काहीही नाही

7] CPU मधील मेमरी ज्यामध्ये प्रोग्राम सूचना, इनपुट डेटा, इंटरमीडिएट परिणाम आणि उत्पादित आउटपुट माहिती असते.

प्रक्रियेदरम्यान __________ आहे

अ] प्रणाली

ब] <u>प्राथमिकस्मृती</u>

क] दुय्यम स्मृती

D] वरीलपैकी काहीही नाही

8] डिस्क स्पेस वापरून प्रोग्राम्सना विश्वास बसवायचा की सिस्टममध्ये प्रत्यक्षात उपलब्ध आहे त्यापेक्षा जास्त रँडम ऍक्सेस मेमरी(RAM) आहे याला _______ म्हणतात.

अ] यादृच्छिक प्रवेश मेमरी

ब] प्राथमिक स्मृती

क] दुय्यम स्मृती

ड] आभासीमेमरी

9] CPU _______ मध्ये कोणत्याही वेळी वाचन/लेखन ऑपरेशन करते

अ] प्रोम

ब] EPROM

क] रॅम

ड] रॉम

10] स्टोरेज डिव्हाईस किंवा माध्यम जिथे प्रवेश वेळ डेटाच्या स्थानावर अवलंबून असतो त्याला _______ म्हणतात

अ] समांतर प्रवेश

ब] मालिकाप्रवेश

C] दोन्ही (A) आणि (B)

ड] वरीलपैकी काहीही नाही

1] संगणक सुरू करण्याच्या सूचना _______ वर आहेत

अ] हार्ड डिस्क

ब] सीडी-रॉम

C] केवळवाचनीयमेमरीचिप

ड] वरील सर्व

2] EAROM म्हणजे _______

अ] इलेक्ट्रिकली बदललेली केवळ वाचनीय मेमरी

ब] इलेक्ट्रिकली स्वीकृत केवळ वाचनीय मेमरी

C] इलेक्ट्रॉनिक रीड ओन्ली मेमरी

ड] इलेक्ट्रिकलीअल्टरेबलरीडओन्लीमेमरी

3] _______ ही DRAM द्वारे वापरल्या जाणार्‍या विद्युत शुल्काऐवजी चुंबकीय शुल्क वापरून डेटा बिट संचयित करण्याची पद्धत आहे]

अ] VRAM

ब] WRAM

क] MRAM

ड] वरीलपैकी काहीही नाही

4] _______ हा उच्च-कार्यक्षमता असलेला व्हिडिओ रॅम आहे जो ड्युअल पोर्ट केलेला आहे]

अ] VRAM

ब] <u>WRAM</u>

क] MRAM

ड] वरीलपैकी काहीही नाही

_______ ही RAM आहे जी डायनॅमिक RAM च्या जलद वाचन आणि लेखन प्रवेशास एकत्र करते

अ] VRAM

ब] WRAM

क] MRAM

ड] <u>FRAM</u>

6] _________ हा नॉन-व्होलॅटाइल स्टोरेजचा एक प्रकार आहे जो विशेष फॉर्म्युलेटेड सॉलिड डायलेक्ट्रिक मटेरियलचा प्रतिकार बदलून चालतो]

अ] VRAM

ब] WRAM

क] MRAM

D] <u>RRAM</u>

7] खालीलपैकी कोणत्या आठवणींना सर्वात कमी प्रवेश वेळ आहे?

अ] <u>कॅशेमेमरी</u>

ब] चुंबकीय बबल मेमरी

C] चुंबकीय कोर मेमरी

ड] वरीलपैकी काहीही नाही

8] प्रत्येक डिस्कसाठी खालीलपैकी कोणते अनिवार्य आहे?

अ] <u>मूळ</u>

ब] उप

क] उघडा

ड] वरीलपैकी काहीही नाही

9] खालीलपैकी कोणते साठवण मोजमाप सर्वात लहान आहे?

अ] KB

ब] एमबी

क] टीबी

ड] <u>बाइट</u>

10] किलोबाइट किती बाइट्सचे असते?

अ] 1000

ब] 1064

क] <u>1024</u>

ड] वरीलपैकी काहीही नाही

1] __________ हा संगणक डेटा आणि सूचनांच्या संघटित संकलनासाठी एक सामान्य शब्द आहे]

अ] फर्मवेअर

ब] <u>सॉफ्टवेअर</u>

क] हार्डवेअर

ड] वरीलपैकी काहीही नाही

2] सॉफ्टवेअर _____ चा संदर्भ देते

अ] फर्मवेअर

B] भौतिक घटक ज्यापासून संगणक बनवला जातो

क] <u>कार्यक्रम</u>

ड] वरीलपैकी काहीही नाही

3] सॉफ्टवेअरचे वर्गीकरण __________ म्हणून केले जाऊ शकते

अ] फर्मवेअर आणि हार्डवेअर

ब] सिस्टम सॉफ्टवेअर आणि फर्मवेअर

C] ऍप्लिकेशन सॉफ्टवेअर आणि हार्डवेअर

ड] <u>सिस्टमसॉफ्टवेअरआणिऍप्लिकेशनसॉफ्टवेअर</u>

4] या प्रकारचे सॉफ्टवेअर अंतिम वापरकर्ते, ऍप्लिकेशन सॉफ्टवेअर आणि संगणक हार्डवेअरसह बहुतेक हाताळण्यासाठी कार्य करते तांत्रिक तपशील]

अ] कम्युनिकेशन सॉफ्टवेअर

ब] ऍप्लिकेशन सॉफ्टवेअर

C] उपयुक्तता सॉफ्टवेअर

ड] <u>सिस्टमसॉफ्टवेअर</u>

5] __________कार्यक्रम संगणक प्रणालीच्या देखभालीशी संबंधित दैनंदिन कार्य करतात]

अ] कार्यप्रणाली

ब] <u>प्रणालीउपयुक्तता</u>

क] भाषा अनुवादक

D] ऍप्लिकेशन सॉफ्टवेअर

6] ऍप्लिकेशन सॉफ्टवेअर

A] प्रोग्रामरना मदत करण्यासाठी डिझाइन केलेले आहे

B] ऑपरेटिंग सिस्टम नियंत्रित करण्यासाठी वापरला जातो

C] <u>संगणकवापरकर्त्यांसाठीविशिष्टकार्यकरते</u>

D] फक्त डिझाईन बनवण्यासाठी वापरला जातो

7] हा प्रोग्रामचा संच आहे जो तुमच्या कॉम्प्युटरचे हार्डवेअर डिव्हाइस आणि ऑप्लिकेशन सॉफ्टवेअर एकत्र काम करण्यास सक्षम करतो]

अ] कार्यप्रणाली

ब] हेल्पर सॉफ्टवेअर

सी] सिस्टमसॉफ्टवेअर

D] ऍप्लिकेशन सॉफ्टवेअर

8] खालीलपैकी कोणते सिस्टम सॉफ्टवेअरचे उदाहरण आहे/आहेत?

अ] उपकरण चालक

ब] भाषा अनुवादक

क] प्रणाली उपयुक्तता

ड] वरीलसर्व

9] _______ हा संगणकाच्या मेमरीमध्ये लोड केलेला सॉफ्टवेअरचा पहिला स्तर आहे जेव्हा ते सुरू होते]

अ] उपकरण चालक

ब] भाषा अनुवादक

क] प्रणाली उपयुक्तता

ड] कार्यप्रणाली

10] _______ हे सिस्टम प्रोग्राम आहेत, जे उपकरणांच्या योग्य कार्यासाठी जबाबदार असतात]

अ] उपकरणचालक

ब] भाषा अनुवादक

क] प्रणाली उपयुक्तता

डी] ऑपरेटिंग सिस्टम

1] A _________ प्रोग्रामिंग भाषांना मशीन भाषेत रूपांतरित करण्यास मदत करते]

अ] कार्यप्रणाली

ब] प्रणाली उपयुक्तता

क] भाषाअनुवादक

D] ऍप्लिकेशन सॉफ्टवेअर

2] खालीलपैकी कोणते ऑपरेटिंग सिस्टमचे उदाहरण आहे/आहेत?

अ] युनिक्स

ब] लिनक्स

C] Windows XP

ड] वरीलसर्व

3] भाषा अनुवादक तीन प्रमुख श्रेणींमध्ये विभागले जाऊ शकतात] ते __________ आहेत

अ] कंपाइलर, ऑपरेटिंग सिस्टम आणि असेंबलर

ब] कंपायलर, डिव्हाइस ड्रायव्हर आणि असेंबलर

क] कंपाइलर, इंटरप्रिटर आणि सिस्टम युटिलिटी

ड] <u>संकलक, दुभाषीआणिअसेंबलर</u>

4] खालीलपैकी कोणती भाषा मशीन कोडच्या सर्वात जवळ आहे?

अ] संकलक

ब] दुभाषी

क] <u>असेंबलर</u>

ड] वरीलपैकी काहीही नाही

5] कोणता सोर्स कोडचे संपूर्ण प्रोग्राम न पाहता ओळ-दर-लाइन पद्धतीने विश्लेषण आणि कार्यान्वित करते?

अ] संकलक

ब] <u>दुभाषी</u>

क] असेंबलर

ड] वरीलपैकी काहीही नाही

6] ________ हा एक विशेष प्रोग्राम आहे जो विशिष्ट प्रोग्रामिंग भाषेत लिहिलेल्या विधानांवर प्रक्रिया करतो आणि त्यांना बदलतो मशीन भाषेत]

अ] <u>संकलक</u>

ब] उपकरण चालक

क] असेंबलर

ड] वरीलपैकी काहीही नाही

7] _________ हे इलेक्ट्रॉनिक दस्तऐवज तयार करण्यासाठी, स्वरूपित करण्यासाठी, संपादित करण्यासाठी आणि मुद्रित करण्यासाठी वापरले जाणारे सॉफ्टवेअर आहे]

अ] स्प्रेडशीट्स

ब] <u>वर्डप्रोसेसर</u>

C] प्रतिमा संपादक

ड] वरीलपैकी काहीही नाही

8] खालीलपैकी कोणते वर्ड प्रोसेसरचे उदाहरण आहे/आहेत?

अ] मायक्रोसॉफ्ट वर्ड

B] WordPerfect

C] दोन्ही (A) आणि (B)

ड] वरीलपैकी काहीही नाही

9] _______ विशेषतः प्रतिमा कॅप्चर करण्यासाठी, तयार करण्यासाठी, संपादित करण्यासाठी आणि हाताळण्यासाठी डिझाइन केलेले आहेत?

अ] स्प्रेडशीट्स

ब] वर्ड प्रोसेसर

C] प्रतिमासंपादक

ड] वरीलपैकी काहीही नाही

10] खालीलपैकी कोणते स्प्रेडशीट्सचे उदाहरण आहे/आहेत?

अ] मायक्रोसॉफ्ट एक्सेल

ब] कमळ 1-2-3

C] दोन्ही (A) आणि (B)

ड] वरीलपैकी काहीही नाही

1] कॉपी राइट नसलेल्या कोणत्याही प्रोग्रामचा संदर्भ कोणता आहे?

अ] फ्रीवेअर

ब] शेअरवेअर

क] ओपन सोर्स सॉफ्टवेअर

D] सार्वजनिकडोमेनसॉफ्टवेअर

2] कॉपीराइट केलेल्या सॉफ्टवेअरसाठी कोणता शब्द सामान्यतः वापरला जातो जो त्याच्या लेखकाने विनामूल्य दिला आहे?

अ] फ्रीवेअर

ब] शेअरवेअर

क] ओपन सोर्स सॉफ्टवेअर

D] सार्वजनिक डोमेन सॉफ्टवेअर

3] __________ हे सॉफ्टवेअर आहे जे लोकांसाठी मर्यादित कालावधीसाठी प्रतींचे पुनर्वितरण करण्याची परवानगी घेऊन येते]

अ] फ्रीवेअर

ब] शेअरवेअर

क] ओपन सोर्स सॉफ्टवेअर

D] सार्वजनिक डोमेन सॉफ्टवेअर

4] लिनक्स हा __________ प्रकार आहे

अ] फ्रीवेअर

ब] शेअरवेअर

क] ओपनसोर्ससॉफ्टवेअर

D] सार्वजनिक डोमेन सॉफ्टवेअर

5] खालीलपैकी कोणते ॲप्लिकेशन सॉफ्टवेअर आहे?

अ] डेटाबेस व्यवस्थापन प्रणाली

ब] स्प्रेडशीट्स

C] प्रतिमा संपादक

ड] <u>वरीलसर्व</u>

६] ____________ हे कायमस्वरूपी मेमरीमध्ये साठवलेल्या सॉफ्टवेअरचे संयोजन आहे]

अ] फ्रीवेअर

ब] शेअरवेअर

क] ओपन सोर्स सॉफ्टवेअर

ड] <u>फर्मवेअर</u>

7] ____________ हे सॉफ्टवेअर प्रकाशकांकडून खरेदी केलेल्या बहुतांश सॉफ्टवेअरचे प्रतिनिधित्व करते]

अ] <u>व्यावसायिकसॉफ्टवेअर</u>

ब] प्रोप्रायटरी सॉफ्टवेअर

क] ओपन सोर्स सॉफ्टवेअर

ड] फर्मवेअर

8] खालीलपैकी कोणत्या सॉफ्टवेअरला क्लोज्ड सोर्स सॉफ्टवेअर असेही म्हणतात?

अ] व्यावसायिक सॉफ्टवेअर

ब] <u>प्रोप्रायटरीसॉफ्टवेअर</u>

क] ओपन सोर्स सॉफ्टवेअर

ड] फर्मवेअर

9] ____________ हा एक किंवा अधिक फायलींचा संग्रह आहे जो विशिष्ट कार्यप्रदर्शन, विश्वासार्हता किंवा सुरक्षिततेमधील त्रुटी दूर करतो.

सॉफ्टवेअर उत्पादन]

अ] सॉफ्टवेअर अपडेट

ब] सॉफ्टवेअर पायरसी

क] <u>सॉफ्टवेअरपॅच</u>

ड] वरीलपैकी काहीही नाही

10] खालीलपैकी कोणते सिस्टम सॉफ्टवेअर आहे?

अ] मायक्रोसॉफ्ट वर्ड

ब] मायक्रोसॉफ्ट एक्सेल

C] Adobe Photoshop

ड] <u>विंडोज७</u>

1] खालीलपैकी कोणती प्रतिमा संपादकांची उदाहरणे आहेत/आहेत?

A] Adobe photoshop

ब] Adobe Illustrator

C] CorelDraw

ड] <u>वरीलसर्व</u>

2] ______________ फ्रीवेअर म्हणून वितरीत केले, परंतु सॉफ्टवेअर वापरण्यासाठी वापरकर्त्याने जाहिराती पाहणे आवश्यक आहे]

अ] <u>अ‍ॅडवेअर</u>

ब] त्याग करणें

क] देणगीची भांडी

ड] वरील सर्व

3] अ‍ॅडवेअरला कधीकधी _________ म्हणतात

अ] शेअरवेअर

ब] त्याग करणें

क] देणगीची भांडी

ड] <u>स्पायवेअर</u>

4] _________ ही संस्थेच्या अंतर्गत विकसित सॉफ्टवेअरची अनधिकृत कॉपी किंवा बेकायदेशीर डुप्लिकेशन आहे व्यावसायिकदृष्ट्या उपलब्ध सॉफ्टवेअर]

अ] सॉफ्टवेअर परवाना

ब] <u>सॉफ्टवेअरपायरसी</u>

C] दोन्ही (A) आणि (B)

D] वरीलपैकी कोणतेही नाही]

5] खालीलपैकी कोणत्या क्रियाकलापाला सॉफ्टवेअर पायरसी असे संबोधले जाऊ शकते?

अ] सॉफ्टलोडिंग

ब] हार्ड डिस्क लोड करणे

क] इंटरनेट डाउनलोडिंग

ड] <u>वरीलसर्व</u>

6] _________ म्हणजे प्रोग्राम वापरण्यासाठी परवाना कराराद्वारे अधिकृत नसलेल्या व्यक्तीसोबत शेअर करणे.]

अ] सॉफ्ट लोडिंग

ब] हार्ड डिस्क लोड करणे

क] इंटरनेट डाउनलोडिंग

ड] भाड्यानेदेणे

7] EULA हा सॉफ्टवेअर निर्माता आणि वापरकर्ता यांच्यातील कायदेशीर करार आहे] EULA म्हणजे काय?

अ] वापरकर्ता परवाना करारातून बाहेर पडा

ब] एक्झिट युटिलिटी परवाना करार

C] समाप्ती उपयोगिता परवाना करार

ड] अंतिमवापरकर्तापरवानाकरार

8] जर तुम्ही परवाना कराराचे उल्लंघन करून मित्राचे सॉफ्टवेअर उधार घेतले आणि कॉपी केले तर ती कोणत्या प्रकारची पायरसी आहे?

अ] इंटरनेट डाउनलोडिंग

B] हार्ड डिस्क लोड होत आहे

क] सॉफ्टलोडिंग

ड] भाड्याने देणे

9] सॉफ्ट लोडिंगला __________ असेही म्हणतात

अ] एंड यूजर पायरसी

ब] मऊ उचलणे

C] दोन्ही (A) आणि (B)

D] वरीलपैकी कोणतेही नाही]

10] __________ एक सामग्री वितरण प्रोटोकॉल आहे जो कार्यक्षम सॉफ्टवेअर वितरण आणि पीअर-टू-पीअर शेअरिंग सक्षम करतो मोठ्या फायली वापरकर्त्यांना नेटवर्क पुनर्वितरण बिंदू म्हणून कार्य करण्यास सक्षम करून]

अ] फ्रीवेअर

B] BitTorrent

C] CorelDraw

D] वरीलपैकी कोणतेही नाही]

Q. 1 ________ म्हणजे मौल्यवान माहितीचे अनधिकृत प्रवेश, रेकॉर्डिंग, प्रकटीकरण किंवा विनाश यापासून संरक्षण करण्यासाठी घेतलेली सराव आणि खबरदारी.

अ] नेटवर्क सुरक्षा

ब] डेटाबेस सुरक्षा

क] माहितीसुरक्षा

ड] भौतिक सुरक्षा

प्रश्न 2 _______ प्लॅटफॉर्मचा वापर क्लाउडमधील माहितीच्या सुरक्षिततेसाठी आणि संरक्षणासाठी केला जातो.

अ] क्लाउडवर्कलोडसंरक्षणप्लॅटफॉर्म

B] क्लाउड सुरक्षा प्रोटोकॉल

क] AWS

ड] वन ड्राइव्ह

प्र. 3 तडजोड करणारी गोपनीय माहिती अंतर्गत येते__

किडा

ब] धमकी

क] अगतिकता

ड] हल्ला

प्र. 4 प्रणाली किंवा नेटवर्कला हानी पोहोचवण्याचा, नुकसान करण्याचा किंवा धोका निर्माण करण्याचा प्रयत्न करणे याला व्यापकपणे _______ असे म्हटले जाते.

अ] सायबर-गुन्हा

ब] सायबरहल्ला

क] प्रणाली अपहरण

ड] डिजिटल गुन्हे

प्र. 5 सीआयए ट्रायड बहुतेकदा खालीलपैकी कोणते द्वारे दर्शविले जाते?

अ] त्रिकोण

ब] कर्ण

क] लंबवृत्त

ड] वर्तुळ

Q. 6 माहितीच्या सुरक्षेशी संबंधित, गोपनीयता खालीलपैकी कोणाच्या विरुद्ध आहे?

अ] बंद

ब] प्रकटीकरण

क] आपत्ती

ड] विल्हेवाट

Q. 8 _______ म्हणजे अज्ञात वापरकर्त्यांद्वारे केलेल्या बदलापासून डेटाचे संरक्षण.

अ] गुप्तता

ब] सचोटी

क] प्रमाणीकरण

ड] नकारणे

प्र. 9 _______ माहितीचा अर्थ, केवळ अधिकृत वापरकर्ते माहितीमध्ये प्रवेश करण्यास सक्षम आहेत.

अ] गुप्तता

ब] सचोटी

क] अ-नकार

ड] <u>उपलब्धता</u>

प्रश्न 10 हे माहितीचे मूळ आणि प्रामाणिक वापरकर्ता ओळखण्यात मदत करते. याला येथे ___________ असे संबोधले जाते

अ] गुप्तता

ब] सचोटी

क] <u>सत्यता</u>

ड] उपलब्धता

प्र. 11 डेटा ___________ गोपनीयतेची खात्री करण्यासाठी वापरला जातो.

अ] <u>एनक्रिप्शन</u>

ब] कुलूप लावणे

क] डिक्रिप्शन

ड] बॅकअप

Q. 12 OSI सुरक्षा आर्किटेक्चरमध्ये OSI चा अर्थ काय आहे?

अ] सिस्टम इंटरफेस उघडा

ब] <u>ओपनसिस्टमइंटरकनेक्शन्स</u>

क] मुक्त स्रोत उपक्रम

D] मानक इंटरकनेक्शन उघडा

प्र. 13 कंपनीला दरमहा पासवर्ड बदलणे आवश्यक आहे. हे नेटवर्कचे ________ सुधारते.

अ] कामगिरी

ब] विश्वसनीयता

क] <u>सुरक्षा</u>

ड] वरीलपैकी काहीही नाही

Q. 14 संदेश सामग्रीचे प्रकाशन आणि रहदारी विश्लेषण हे ___________ हल्ल्यांचे दोन प्रकार आहेत.

अ] सक्रिय हल्ला

ब] हल्ल्यातील बदल

क] <u>निष्क्रियहल्ला</u>

D] DoS हल्ला

प्रश्न 15 ________ हा मजकूर एनक्रिप्ट केलेला आहे.

अ] सायफर स्क्रिप्ट

ब] <u>सांकेतिकमजकूर</u>

क] गुप्त मजकूर

ड] गुप्त लिपी

प्र. १७ खालीलपैकी कोणते अल्गोरिदम सममितीय एन्क्रिप्शनशी संबंधित नाहीत

A] 3DES (TripleDES)

ब] <u>आरएसए</u>

C] RC5

ड] आयडिया

प्र. 18 सिमेट्रिक एन्क्रिप्शनचा सर्वात मोठा तोटा कोणता आहे?

अ] अधिक क्लिष्ट आणि त्यामुळे अधिक वेळ घेणारी गणना.

ब] <u>सीक्रेटकीच्यासुरक्षितप्रसारणाचीसमस्या.</u>

C] कमी सुरक्षित एन्क्रिप्शन फंक्शन.

D] यापुढे वापरला जात नाही.

प्र. १९ क्रिप्टोग्राफीमध्ये सायफर म्हणजे काय?

अ] <u>एनक्रिप्शनआणिडिक्रिप्शनकरण्यासाठीअल्गोरिदम</u>

ब] एनक्रिप्टेड संदेश

C] एन्क्रिप्शन आणि डिक्रिप्शन आणि एन्क्रिप्टेड संदेश करण्यासाठी दोन्ही अल्गोरिदम

डी] डिक्रिप्ट केलेला संदेश

प्रश्न 21 खालीलपैकी कोणता अल्गोरिदम असममित-की क्रिप्टोग्राफीमध्ये वापरला जात नाही?

अ] आरएसए अल्गोरिदम

ब] डिफी-हेलमॅन अल्गोरिदम

C] <u>इलेक्ट्रॉनिककोडबुकअल्गोरिदम</u>

डी] डीएसए अल्गोरिदम

Q. 23 डेटा एन्क्रिप्शन स्टॅंडर्ड (DES) म्हणजे काय?

अ] <u>ब्लॉकसायफर</u>

ब] स्ट्रीम सिफर

क] बिट सायफर

ड] बाइट सायफर

Q. 24 एक असममित-की (किंवा सार्वजनिक की) सायफर वापरते

अ] १ कि

ब] <u>२की</u>

क] 3 की

ड] 4 की

प्रश्न 26 _________________ ही प्रक्रिया किंवा यंत्रणा आहे ज्याचा वापर सामान्य साधा मजकूर अव्यवस्थित गैर-मानव वाचनीय मजकूरात रूपांतरित करण्यासाठी केला जातो आणि त्याउलट.

अ] मालवेअर विश्लेषण

ब] लेखन शोषण

क] उलट अभियांत्रिकी

ड] क्रिप्टोग्राफी

Q.27 _________________ हे एका विशिष्ट स्वरूपात माहिती संग्रहित आणि प्रसारित करण्याचे साधन आहे जेणेकरून ज्यांच्यासाठी ती योजना आखली आहे त्यांनाच ती समजू शकेल किंवा त्यावर प्रक्रिया करू शकेल.

अ] मालवेअर विश्लेषण

ब] क्रिप्टोग्राफी

क] उलट अभियांत्रिकी

ड] लेखन शोषण

प्र. २८ क्रिप्टोग्राफिक अल्गोरिदम गणिताच्या अल्गोरिदमवर आधारित आहेत जेथे हे अल्गोरिदम डेटाच्या सुरक्षित परिवर्तनासाठी _____________ वापरतात.

अ] गुप्तकळ

ब] बाह्य कार्यक्रम

क] ॲड-ऑन

ड] दुय्यम की

प्र. २९ पारंपारिक क्रिप्टोग्राफीला _____________ किंवा सिमेट्रिक-की एनक्रिप्शन असेही म्हणतात.

अ] गुप्त-की

ब] सार्वजनिक की

C] संरक्षित की

डी] प्राथमिक की

प्र. ३० शेवटच्या ब्लॉकमध्ये बिट्स जोडण्याच्या प्रक्रियेला _________________ असे म्हणतात.

अ] डिक्रिप्शन

ब] हॅशिंग

क] ट्यूनिंग

ड] पॅडिंग

प्रश्न 32 ECC एन्क्रिप्शन प्रणाली _________ आहे

अ] सिमेट्रिक की एनक्रिप्शन अल्गोरिदम

ब] असममितकीएनक्रिप्शनअल्गोरिदम

C] एन्क्रिप्शन अल्गोरिदम नाही

डी] ब्लॉक सायफर पद्धत

प्र. 33 _________ फंक्शन संदेशातून संदेश डायजेस्ट तयार करते.

अ] एन्क्रिप्शन

ब] डिक्रिप्शन

क] हॅश

D] वरीलपैकी काहीही नाही

Q. 34 X.509 प्रमाणपत्रांचे विस्तार _____ आवृत्तीमध्ये जोडले गेले.

अ] १

ब] २

क] ३

ड] ४

प्रश्न 35 डिजिटल स्वाक्षरीसाठी _____ प्रणाली आवश्यक आहे

अ] सममित-की

ब] असममित-की

क] एकतर (अ) किंवा (ब)

ड] ना (अ) ना (ब)

Q. 37 ECC म्हणजे

अ] अंडाकृती वक्र क्रिप्टोग्राफी

ब] वर्धित वक्र क्रिप्टोग्राफी

क] अंडाकृती शंकू क्रिप्टोग्राफी

ड] ग्रहणवक्रक्रिप्टोग्राफी

प्रश्न 38 जेव्हा हॅश फंक्शन संदेश प्रमाणीकरण प्रदान करण्यासाठी वापरले जाते, तेव्हा हॅश फंक्शन मूल्य म्हणून संदर्भित केले जाते

अ] संदेश क्षेत्र

ब] संदेश डायजेस्ट

C] संदेश स्कोअर

ड] संदेशझेप

प्रश्न 39 संदेश प्रमाणीकरण कोड म्हणून देखील ओळखला जातो

अ] की कोड

ब] हॅशकोड

सी] कीड हॅश फंक्शन

Q. 40 MAC आणि डिजिटल स्वाक्षरीमध्ये मुख्य फरक असा आहे की, डिजिटल स्वाक्षरीमध्ये संदेशाचे हॅश व्हॅल्यू वापरकर्त्याच्या सार्वजनिक कीसह एनक्रिप्ट केले जाते.

अ] खरे

ब] <u>असत्य</u>

Q. 41 DSS स्वाक्षरी कोणत्या हॅश अल्गोरिदमचा वापर करते?

अ] MD5

ब] SHA-2

क] <u>SHA-1</u>

D] हॅश अल्गोरिदम वापरत नाही

Q. 42 MD5 आणि SHA-1 प्रक्रियेनंतर RSA स्वाक्षरी हॅशचा आकार किती आहे?

A] 42 बाइट्स

ब] 32 बाइट्स

C] <u>36 बाइट्स</u>

डी] 48 बाइट्स

प्र. ४३ हँडशेक प्रोटोकॉलमध्ये क्लायंट आणि सर्व्हर यांच्यामध्ये प्रथम पाठवलेला संदेश प्रकार कोणता आहे?

अ] सर्व्हर_हॅलो

B] <u>ग्राहक_हॅलो</u>

C] नमस्कार_विनंती

D] प्रमाणपत्र_विनंती

Q. 44 सार्वजनिक-की क्रिप्टोग्राफी पद्धत _______ अल्गोरिदम आहे.

अ] आरएसएस

ब] आरएएस

क] <u>आरएसए</u>

D] RAA

प्रश्न 45 _______ पद्धत दोन पक्षांसाठी एक-वेळ सत्र की प्रदान करते.

अ] <u>डिफी-हेलमन</u>

ब] आरएसए

C] DES

ड] AES

Q. 46 दोन पक्ष एकमेकांना प्रमाणीकृत न केल्यास _______ हल्ल्यामुळे डिफी-हेलमन पद्धतीची सुरक्षा धोक्यात येऊ शकते.

अ] <u>मधलामाणूस</u>

ब] सिफरटेक्स्ट हल्ला

क] प्लेनटेक्स्ट हल्ला

D] वरीलपैकी काहीही नाही

Q. 48 VPN ___________ असे संक्षिप्त आहे

अ] व्हिज्युअल प्रायव्हेट नेटवर्क

ब] व्हर्च्युअल प्रोटोकॉल नेटवर्क

C] <u>आभासीखाजगीनेटवर्क</u>

ड] व्हर्च्युअल प्रोटोकॉल नेटवर्किंग

Q. 49 ___________ सार्वजनिक नेटवर्कवर खाजगी नेटवर्कशी संगणकीय उपकरणे थेट जोडलेली असल्याप्रमाणे खाजगीरित्या डेटा पाठवण्यासाठी आणि प्राप्त करण्यासाठी एक वेगळा बोगदा प्रदान करते.

अ] <u>व्हिज्युअलप्रायव्हेटनेटवर्क</u>

ब] व्हर्च्युअल प्रोटोकॉल नेटवर्क

C] आभासी प्रोटोकॉल नेटवर्किंग

D] आभासी खाजगी नेटवर्क

प्र. 50 VPN प्रणालीचे वर्गीकरण करण्यासाठी कोणते विधान सत्य नाही?

अ] ट्रॅफिक बोगदा करण्यासाठी वापरले जाणारे प्रोटोकॉल

B] VPN साइट-टू-साइट किंवा रिमोट ॲक्सेस कनेक्शन प्रदान करत आहेत का

C] <u>बॉट्सआणिमालवेअरपासूननेटवर्कसुरक्षितकरणे</u>

D] खाजगीरित्या डेटा पाठवण्यासाठी आणि प्राप्त करण्यासाठी प्रदान केलेल्या सुरक्षिततेचे स्तर

Q. 51 VPN मध्ये कोणत्या प्रकारचे प्रोटोकॉल वापरले जातात?

अ] <u>ॲप्लिकेशनलेव्हलप्रोटोकॉल</u>

ब] टनेलिंग प्रोटोकॉल

C] नेटवर्क प्रोटोकॉल

ड] मेलिंग प्रोटोकॉल

Q. 52 VPN सुरक्षितता आणि गोपनीयता राखण्यासाठी एनक्रिप्शन तंत्र वापरतात जे सार्वजनिक नेटवर्कद्वारे दूरस्थपणे संप्रेषण करतात.

अ] खरे

ब] असत्य

प्रश्न 53 VPN चे ___________ प्रकार आहेत.

अ] ३

ब] २

क] ५

ड] ४

प्र. 54 __________ प्रकारचे VPN घरातील खाजगी आणि सुरक्षित कनेक्टिव्हिटीसाठी वापरले जातात.

अ] रिमोटऍक्सेस VPN

ब] साइट-टू-साइट व्हीपीएन

C] पीअर-टू-पीअर व्हीपीएन

D] राउटर-टू-राउटर VPNs

प्रश्न 55 विविध भौगोलिक स्थानांवर राहणाऱ्या कंपन्यांमध्ये कॉर्पोरेट कनेक्टिव्हिटीसाठी कोणत्या प्रकारचे VPN वापरले जातात?

अ] रिमोट ऍक्सेस VPN

ब] साइट-टू-साइटव्हीपीएन

C] पीअर-टू-पीअर व्हीपीएन

ड] देश-दर-देश VPN

Q. 56 साइट-टू-साइट VPN आर्किटेक्चरला __________ म्हणून देखील ओळखले जाते

अ] रिमोट कनेक्शन आधारित व्हीपीएन

ब] पीअर-टू-पीअर व्हीपीएन

C] एक्स्ट्रानेटआधारित VPN

ड] देश-दर-देश VPN

प्रश्न 57 VPN प्रोटोकॉलचे __________ प्रकार आहेत.

अ] ३

ब] ४

क] ५

ड] 6

Q. 58 IPSec ची रचना __________ येथे सुरक्षा प्रदान करण्यासाठी केली आहे

अ] वाहतूक थर

ब] नेटवर्कलेयर

क] अर्ज स्तर

ड] सत्र स्तर

प्र. ५९ बोगदा मोडमध्ये, IPSec _______ चे संरक्षण करते

अ] संपूर्णआयपीपॅकेट

ब] IP शीर्षलेख

C] IP पेलोड

डी] आयपी ट्रेलर

प्र. 60 प्रीटी गुड प्रायव्हसी (पीजीपी) _______ मध्ये वापरली जाते

अ] ब्राउझर सुरक्षा

ब] ईमेलसुरक्षा

C] FTP सुरक्षा

ड] वायफाय सुरक्षा

Q. 61 PGP _______ नावाचा ब्लॉक सायफर वापरून डेटा एन्क्रिप्ट करतो

अ] आंतरराष्ट्रीयडेटाएन्क्रिप्शनअल्गोरिदम

B] खाजगी डेटा एन्क्रिप्शन अल्गोरिदम

C] इंटरनेट डेटा एन्क्रिप्शन अल्गोरिदम

ड] स्थानिक डेटा एन्क्रिप्शन अल्गोरिदम

Q. 62 IKE _______ साठी SA तयार करते.

अ] SSL

ब] पीजीपी

C] IPSec

ड] व्ही.पी

Q. 63 _______ IP स्तरावरील पॅकेटसाठी प्रमाणीकरण किंवा एनक्रिप्शन किंवा दोन्ही प्रदान करते.

अ] ए.एच

ब] ESP

क] पीजीपी

ड] SSL

प्र. ६४ _______ नेटवर्क संस्थेमध्ये वापरले जाते.

अ] खाजगी

ब] सार्वजनिक

क] अर्ध-खाजगी

ड] अर्ध-सार्वजनिक

प्र. ६५ SSL _______ प्रदान करते.

अ] संदेशाची अखंडता

ब] गुप्तता

क] संक्षेप

ड] वरीलसर्व

प्रश्न 66 IKE _______ वापरतो

अ] ओकले

ब] SKEME

क] ISAKMP

ड] वरीलसर्व

Q. 67 _______ मध्ये, कोणत्याही प्रमाणपत्रासाठी पूर्ण विश्वासार्ह प्राधिकरणाकडून एकच मार्ग आहे.

अ] X509

ब] पीजीपी

C] KDC

D] वरीलपैकी काहीही नाही

Q. 68 A _______ LAN साठी गोपनीयता प्रदान करते ज्यांनी जागतिक इंटरनेटद्वारे संवाद साधला पाहिजे.

A] VPP

ब] VNP

क] VNN

D] VPN

प्रश्न 69 _______ प्रमाणपत्र विश्वास पातळीची कल्पना वापरते.

अ] X509

ब] पीजीपी

C] KDC

D] वरीलपैकी काहीही नाही

1. प्रोसेसर, मुख्य मेमरी (RAM), हार्ड डिस्क, CD/DVD ड्राइव्ह, CMOS, BIOS चिप, इ. _______ मध्ये ठेवलेले आहेत.

(a) इनपुट युनिट

(b) सेंट्रलप्रोसेसिंगयुनिट (CPU)

(c) आउटपुट युनिट

(d) ते सर्व

2. _______ मध्ये प्रोसेसर, मेन मेमरी (RAM), हार्ड डिस्क, CD/DVD ड्राइव्ह, CMOS, BIOS चिप इ. फिक्सिंग/कनेक्ट करण्यासाठी स्लॉट आहेत.

(a) मदरबोर्ड

(b) ब्रेड बोर्ड

(c) की बोर्ड

(d) डॅश बोर्ड

3. CRT मॉनिटरद्वारे इनपुट प्रदान करण्यासाठी वापरल्या जाणाऱ्या स्टाईलसला _______ म्हणतात.

(a) स्कॅनर

(b) डिजिटल टॅबलेट

(c) हलकापेन

(d) प्रिंटर

4. VDU _______ म्हणून विस्तारित केले आहे.

(a) <u>व्हिज्युअलडिस्प्लेयुनिट</u>

(b) व्हर्च्युअल डिस्प्ले युनिट (c) व्हिज्युअल डिसेप्शन युनिट

(d) व्हिज्युअल डिस्प्ले युनिव्हर्सिटी

5. संगणक मॉनिटर्समध्ये, CRT म्हणजे ______.

(a) कॅडमियम रे ट्यूब

(b) <u>कॅथोडरेट्यूब</u>

(c) कॅथोड रे ट्विस्ट

(d) कॅथोड रिम

6. कॅथोड रे ट्यूब (CRT) मॉनिटरमध्ये मॉनिटर्समध्ये _______ पातळीचा वीज वापर असतो.

(a) <u>सर्वोच्च</u>

(b) सर्वात कमी

(c) शून्य

(d) किमान

7. एलसीडीचा विस्तार ______ म्हणून केला जातो.

(a) रेखीय क्रिस्टल डिस्प्ले

(b) लिक्विड क्रिस्टल डायलॉग

(c) <u>लिक्विडक्रिस्टलडिस्प्ले</u>

(d) लिक्विड कॅनिस्टर डिस्प्ले

8. एलईडीचा विस्तार ________ म्हणून केला जातो.

(a) रेखीय उत्सर्जक डायोड

(b) <u>प्रकाशउत्सर्जकडायोड</u>

(c) द्रव उत्सर्जक डायोड

(d) प्रकाश उत्सर्जक प्रदर्शन

9. LCD मॉनिटरचा डिस्प्ले LED मॉनिटरपेक्षा _______ आहे.

(हलके

(b) जड

(c) उजळ

(d) <u>निस्तेज</u>

10. मॉनिटर स्क्रीनच्या उंची ते रुंदीच्या गुणोत्तराला ______ म्हणतात.

(a) <u>गुणोत्तर</u>

(b) लांबीचे प्रमाण

(c) रुंदीचे प्रमाण

(d) कर्ण गुणोत्तर

11. सामान्यतः, सीआरटी मॉनिटर्सचा आस्पेक्ट रेशो _______ असतो.

(अ) १६:९

(ब) ४:३

(c) १६:१०

(d) 1:1

12. मुद्रणासाठी कागदावर आदळणाऱ्या प्रिंटरला _______ म्हणतात.

(a) मॉनिटर

(b) स्कॅनर

(c) नॉन-इम्पॅक्ट टाइप प्रिंटर

(d) प्रभावप्रकारप्रिंटर

13. मुद्रणासाठी कागदावर न आदळणाऱ्या प्रिंटरच्या प्रकाराला _______ म्हणतात.

(a) मॉनिटर

(b) स्कॅनर

(c) नॉन-इम्पॅक्टटाइपप्रिंटर

(d) प्रभाव प्रकार प्रिंटर

14. डॉट मॅट्रिक्स प्रिंटर _______ श्रेणीतील आहे.

(a) मॉनिटर

(b) स्कॅनर

(c) नॉन-इम्पॅक्ट प्रकार प्रिंटर

(d) प्रभावप्रकारप्रिंटर

15. लेसर प्रिंटर, इंक जेट प्रिंटर, थर्मल प्रिंटर आणि प्लॉटर _______ श्रेणीतील आहेत.

(a) मॉनिटर

(b) स्कॅनर

(c) नॉन-इम्पॅक्टटाइपप्रिंटर

(d) प्रभाव प्रकार प्रिंटर

16. थर्मल प्रिंटर _______ लेपित कागद वापरतो, जो उष्णता लागू केल्यावर काळा होतो.

(a) क्रोमियम

(b) बिस्फेनॉल

(c) निकेल

(d) टोनर पावडर

17. संगणकाच्या त्यांच्या युनिट्ससाठी आवश्यक असलेल्या विविध व्होल्टेजमध्ये वीजपुरवठा विभाजित करणाऱ्या युनिटला _____ म्हणतात.

(a) ट्रान्सफॉर्मर

(b) <u>स्विचमोडपॉवरसप्लाय (SMPS)</u>

(c) ट्रान्झिस्टर

(d) ट्रान्सड्यूसर

18. संगणकातील SMPS साठी पूर्ण फॉर्म _____ आहे.

(a) सिंक मोड पॉवर सप्लाय

(b) <u>स्विचमोडपॉवरसप्लाय</u>

(c) स्टेक मोड पॉवर सप्लाय

(d) स्विच मोड पॉवर सॉकेट

19. डेस्कटॉप संगणकात, _____ रेडिओ फ्रिक्वेन्सी हस्तक्षेप निर्माण करते.

(a) SMPS

(b) <u>मायक्रो-प्रोसेसर</u>

(c) रॅम

(d) उंदीर

20. पेरिफेरल्स जोडण्यासाठी CPU च्या पुढील पॅनल किंवा मागील पॅनेलमध्ये प्रदान केलेल्या ओपनिंगला _____ म्हणतात.

(a) सॉकेट

(b) पिन

(c) <u>बंदर</u>

(d) भाग

21. बाह्य डायलअप मोडेम _____ पोर्ट वापरून संगणकाशी जोडला जाऊ शकतो.

(a) <u>RS232/ मालिका</u>

(b) PS/2

(c) VGA

(d) LPT

22. जुन्या शैलीचा (SIMPLEX) प्रिंटर (जसे की डॉट मॅट्रिक्स प्रिंटर) _____ पोर्ट वापरून संगणकाशी कनेक्ट केले जाऊ शकते.

(a) RS232/ मालिका

(b) PS/2

(c) VGA

(d) <u>LPT</u>

23. आधुनिक (DUPLEX) प्रिंटर (जसे लेसर जेट, इंकजेट प्रिंटर) _____ पोर्ट वापरून संगणकाशी जोडले जाऊ शकतात.

(a) RS232/

(b) <u>USB</u>

(c) PS/2

(d) VGA

24. ब्रॉडबँड कनेक्शन _______ पोर्टद्वारे जोडले जाऊ शकते.

(a) <u>RJ45/ इथरनेट</u>

(b) USB

(c) PS/2

(d) VGA

25. _______ पोर्ट वापरून प्रिंटर, फॅक्स मशीन, स्कॅनर, वेब कॅमेरा, एक्सटर्नल डीव्हीडी रायटर, एक्सटर्नल हार्ड डिस्क इत्यादी संगणकाशी जोडता येतात.

(a) RJ45

(b) <u>USB</u>

(c) PS/2

(d) VGA

26. जॉयस्टिक _______ पोर्ट वापरून संगणकाशी जोडली जाऊ शकते.

(a) 3.5 मिमी जॅक

(b) RJ11

(c) RJ45

(d) <u>खेळ</u>

27. PS/2 म्हणजे _______.

(a) नोंदणीकृत जॅक 11

(b) नोंदणीकृत जॅक 45

(c) <u>वैयक्तिकप्रणाली 2</u>

(d) शिफारस केलेले मानक 232

28. RJ11 म्हणजे _______.

(a) <u>नोंदणीकृतजॅक 11</u>

(b) नोंदणीकृत जॅक 45

(c) वैयक्तिक प्रणाली 2

(d) शिफारस केलेले मानक 232

२९. RJ45 म्हणजे _______.

(a) नोंदणीकृत जॅक 11

(b) <u>नोंदणीकृतजॅक 45</u>

(c) वैयक्तिक प्रणाली 2

(d) शिफारस केलेले मानक

30. RS232 म्हणजे ______.

(a) नोंदणीकृत जॅक 11

(b) नोंदणीकृत जॅक 45

(c) वैयक्तिक प्रणाली 2

(d) <u>शिफारसकेलेलेमानक 232</u>

31. RJ45 पोर्टला अन्यथा ______ म्हणतात.

(a) <u>इथरनेट</u>

(b) LPT

(c) USB

(d) VGA

32. IEEE 1392 पोर्टला अन्यथा ______ म्हणतात

(a) इथरनेट

(b) LPT

(c) USB

(d) <u>फायरवायर</u>

33. LPT म्हणजे ______.

(a) नोंदणीकृत जॅक 11

(b) नोंदणीकृत जॅक 45

(c) <u>लाइनप्रिंटरटर्मिनल</u>

(d) शिफारस केलेले मानक 232

34. USB चा अर्थ ______ आहे.

(a) नोंदणीकृत जॅक 11

(b) नोंदणीकृत जॅक 45

(c) लाइन प्रिंटर टर्मिनल

(d) <u>युनिव्हर्सलसीरियलबस</u>

35. पीसीच्या पोर्टवरून हाय डेफिनिशन ग्राफिक्स आउटपुट घेतले जाऊ शकते.

(a) 3.5 मिमी जॅक

(b) <u>HDMI</u>

(c) RJ45

(d) LPT

36. HDMI म्हणजे

(a) नोंदणीकृत जॅक

(b) <u>हायडेफिनेशनमल्टीमीडियाइंटरफेस</u>

(c) लाइन प्रिंटर टर्मिनल

(d) युनिव्हर्सल सीरियल बस

37. हार्डकॉपी प्रदान करण्यासाठी प्रामुख्याने वापरले जाणारे उपकरण आहे

अ) CRT

b) संगणक कन्सोल

c) <u>प्रिंटर</u>

ड) कार्ड रीडर

38. डॉट-मॅट्रिक्स, डेस्कजेट, इंकजेट आणि लेझर हे सर्व प्रकारचे कॉम्प्युटर पेरिफेरल्स आहेत?

अ) <u>प्रिंटर</u>

ब) सॉफ्टवेअर

c) मॉनिटर्स

ड) कीबोर्ड

39. लेझर प्रिंटर संबंधित आहे

अ) लाइन प्रिंटर

b) <u>पृष्ठप्रिंटर</u>

c) बँड प्रिंटर

ड) डॉट मॅट्रिक्स प्रिंटर

40. जॉयस्टिकचा वापर प्रामुख्याने यासाठी केला जातो

अ) स्क्रीनवरील आवाज नियंत्रित करा

b) <u>संगणकगेमिंग</u>

c) मजकूर प्रविष्ट करा

ड) चित्रे काढा

41. USB चा संदर्भ देते

अ) स्टोरेज

ब) प्रोसेसर

c) <u>पोर्टप्रकार</u>

ड) सीरियल बस मानक

42. ___ ला स्क्रीन किंवा मॉनिटर असेही म्हटले जाऊ शकते.

अ) प्रिंटर

ब) स्कॅनर

c) हार्ड डिस्क

ड) <u>प्रदर्शन</u>

43. प्रिंटरची गती च्या गतीने मर्यादित आहे

अ) कागदाची हालचाल

b) <u>कार्डसवापरले</u>

c) कागदाची लांबी

ड) हे सर्व

44. प्रकाश स्रोताच्या मदतीने ओसीआर वर्णांचे ____ ओळखतो.

अ) आकार

ब) <u>आकार</u>

c) रंग

ड) वापरलेली शाई

45. लेसर प्रिंटर संबंधित आहे

अ) लाइन प्रिंटर

b) <u>पृष्ठप्रिंटर</u>

c) बँड प्रिंटर

ड) डॉट मॅट्रिक्स प्रिंटर

46. व्हिडिओ गेम, फ्लाइट सिम्युलेटर, प्रशिक्षण सिम्युलेटर आणि औद्योगिक रोबोट नियंत्रित करण्यासाठी वापरले जाणारे उपकरण.

अ) उंदीर

ब) हलका पेन

c) <u>जॉयस्टिक</u>

ड) कीबोर्ड

47. ऑटोमॅटिक टेलर मशीन किंवा एटीएम सारख्या अटॅच्ड इंटरएक्टिव्ह माहिती प्रणालींना ______ असे म्हणतात

अ) <u>कियोस्क</u>

ब) सिओक्स

c) Cianto

d) Kiaks

48. ______ शक्ती वाढीस प्रतिबंध करण्यास मदत करते.

अ) <u>सर्जसप्रेसर</u>

ब) स्पाइक संरक्षक

c) UPS प्रणाली

ड) उच्च दर्जाचे मल्टी-मीटर

49. जर मेमरी स्लॉटमध्ये 30 पिन असतील तर चिप ए आहे?

अ) DIMM

ब) <u>सिम</u>

c) SDRAM

ड) हे सर्व

50. लेझर जेट प्रिंटरची गती पृष्ठे प्रति मिनिट (ppm) मध्ये मोजली जाते डॉट-मॅट्रिक्स प्रिंटर मोजण्यासाठी आपण काय वापरतो?

अ) रेषा प्रति इंच

b) प्रति शीट ओळी

c) प्रति इंच वर्ण

ड) <u>प्रतिसेकंदवर्ण</u>

51. मॅकिंटॉश यशस्वीरित्या मुद्रित करण्यासाठी, सिस्टम फोल्डरमध्ये हे समाविष्ट असणे आवश्यक आहे:

अ) फाइल शेअरिंग सॉफ्टवेअर

b) प्रिंटर सक्षम करणारा

c) ऍपल गॅरामंड फॉन्ट सेट

ड) <u>प्रिंटरड्रायव्हर</u>

52. लेसरप्रिंटरवर प्रतिबंधात्मक देखभाल करताना कोणता घटक व्हॅक्यूम किंवा बदलला पाहिजे?

अ) स्कॅनिंग मिरर

ब) टोनर काडतूस

c) <u>ओझोनफिल्टर</u>

ड) हे सर्व

53. कोणते उपकरण DMA चॅनेल वापरते?

अ) मोडेम

b) नेटवर्क कार्ड

c) <u>साउंडकार्ड</u>

ड) हे सर्व

54. मोडेम कोणत्या पोर्टला जोडता येईल?

a) <u>समांतरबंदर</u>

b) ASYNC पोर्ट

c) कीबोर्ड कनेक्टर

ड) व्हिडिओ पोर्ट

55. कोणते उपकरण विद्युत व्यत्यय टाळते, परिणामी डेटा खराब होतो?

अ) <u>बॅटरीबॅक-अपयुनिट</u>

ब) सर्ज प्रोटेक्टर

c) एकाधिक SIMM पट्ट्या

ड) डेटा गार्ड सिस्टम

56. SCSI सह समाप्त करणे आवश्यक आहे?

अ) डिप स्विच

ब) <u>प्रतिकार</u>

c) BNC

ड) हे सर्व

57. स्थिर वीज वापरून तुमच्या PC चे नुकसान टाळण्याचा सर्वोत्तम मार्ग कोणता आहे?

अ) तुमचा पीसी रबर मॅटवर ठेवा

b) चामड्याचे सोल्ड शूज घाला

c) स्वतः ला डिस्चार्ज करण्यासाठी पीसीवरील सुरक्षित ग्राउंड पॉईंटला वेळोवेळी स्पर्श करा

ड) <u>ESD मनगटाचापट्टाघाला</u>

58. सदोष मॉनिटरचे समस्यानिवारण करताना तुम्ही प्रथम काय कराल?

अ) <u>संगणकआणिउर्जास्त्रोताशीत्याचेकनेक्शनतपासा</u>

b) मॉनिटर पॉवर डाउन करा, नंतर तो समस्या सुधारते की नाही हे पाहण्यासाठी तो पुन्हा चालू करा

c) सातत्य राखण्यासाठी CRT आणि अंतर्गत सर्किट्री तपासण्यासाठी मीटर वापरा

ड) यापैकी काहीही नाही

59. सिरीयल आणि समांतर पोर्ट तपासण्यासाठी तुम्हाला काय आवश्यक आहे?

अ) पोर्ट अडॅप्टर

b) लॉजिक प्रोब

c) <u>लूपबॅकप्लग</u>

ड) हे सर्व

60. तुमच्याकडे व्हिडिओ नसलेला पीसी आहे* खालीलपैकी कोणती समस्या कमी होण्याची शक्यता आहे?

अ) सदोष रॅम (बँक शून्य)

b) दोषपूर्ण मायक्रोप्रोसेसर

c) <u>क्रॅशहार्डड्राइव्ह</u>

ड) सैल व्हिडिओ कार्ड

61. बूटअप दरम्यान तुम्हाला CMOS चेकसम एरर मिळेल. बहुधा कारण काय आहे?

a) वीज पुरवठा खराब आहे

b) BIOS ला अपडेट करणे आवश्यक आहे

c) <u>CMOS बॅटरीचेआयुष्यसंपण्याच्याजवळआहे</u>

ड) यापैकी काहीही नाही

62. Mylar-संरक्षित एलसीडी स्क्रीन स्वच्छ करण्यासाठी तुम्ही कोणते वापरावे?

अ) अमोनिया विंडो क्लीनर

ब) नॉन-अपघर्षककक्लीन्सर

c) अँटी-स्टॅटिक वाइप्स

d) अल्कोहोल-इंप्रेग्नेटेड वाइप्स

63. फिक्स्ड डिस्क त्रुटी कशामुळे होऊ शकते?

अ) नो-सीडी स्थापित

ब) वाईट राम

c) स्लो प्रोसेसर

d) चुकीची CMOS सेटिंग्ज

64. USB आणि IEEE 1394 मानकांमधील सर्वात लक्षणीय फरक काय आहे?

a) IEEE 1394 वेगवानआहे

b) USB समर्थन देत नाही

c) USB प्लग अँड प्ले आहे

ड) IEEE 1394 अदलाबदल करण्यायोग्य नाही

65. संगणकाशी दोन अंतर्गत SCSI हार्ड डिस्क कनेक्ट करताना, तुम्ही दुसरी हार्ड ड्राइव्ह कोठे जोडता?

अ) संगणकावरीलकोणतेहीखुले SCSI पोर्ट

b) पहिल्या होस्ट अॅडॉप्टरवर एक सीरियल पोर्ट

c) संगणकावर खुले समांतर पोर्ट

d) पहिल्या हार्ड ड्राइव्हवर उघडलेले SCSI पोर्ट

66. रिबन केबलला कनेक्टरशी जोडताना, ते कोणत्या दिशेला लावायचे हे कसे कळेल?

अ) केबलमधील लाल रेषा सर्वोच्च पिन क्रमांकावर जाते

b) केबलमधीलरंगीतरेषापिन # 1 वरजाते

c) काही फरक पडत नाही

ड) यापैकी काहीही नाही

67. आदल्या दिवशी कार्यरत असलेल्या क्लायंट साइटवर पूर्णपणे मृत संगणकाचे निदान करण्याची पहिली पायरी काय आहे.

अ) वीज पुरवठ्याची चाचणी घ्या

b) CMOS बॅटरी बदला

c) AC आउटलेटतपासा

ड) हार्ड ड्राइव्ह कंट्रोलर केबल रिसेट करा

68. पीसी हार्ड काइर्स कोणत्या स्पेसिफिकेशनमध्ये समाविष्ट आहेत?

अ) SCSI

ब) ISA

c) PCMCIA

ड) MFM

69. कोणते सामान्य बस स्पेसिफिकेशन सर्वात वेगवान डेटा ट्रान्सफर दर प्रदान करते?

अ) व्हीएल बस

ब) ISA

c) PCI

ड) हे सर्व

70. मोडेम ट्रान्समिशन वापरतात.

अ) समकालिक

b) असिंक्रोनस

c) कालबद्ध अंतराल

ड) अता

71. A 6xx खालील समस्या दर्शवते:

अ) फ्लॉपीड्राइव्ह

ब) हार्ड ड्राइव्ह

c) कीबोर्ड

ड) सीडी रॉम

72. डॉट मॅट्रिक्स प्रिंटरवर प्रतिबंधात्मक देखभाल करताना, वंगण घालू नका:

अ) प्लेट असेंब्ली

b) प्रिंट हेड पुली

c) हेडपिनप्रिंटकरा

ड) कागदी आगाऊ गियर बुशिंग्ज

73. नवीन हार्ड ड्राइव्ह स्थापित केल्यानंतर तुम्हाला "अवैध मीडिया डिव्हाइस" संदेश दिसेल. पुढे काय करणार?

अ) स्वरूप

ब) Fdisk

c) विभाजन

d) OS जोडा

74. इथरनेट LAN वर वर्कस्टेशन नुकतेच स्थापित केले गेले आहे, परंतु नेटवर्कशी संवाद साधू शकत नाही. आपण प्रथम काय तपासले पाहिजे?

अ) नेटवर्क प्रोटोकॉल पुन्हा स्थापित करा

b) नेटवर्क इंटरफेस कार्ड ड्राइव्हर पुन्हा स्थापित करा

c) वर्कस्टेशनवर ip कॉन्फिगरेशन सत्यापित करा

ड) संगणकनेटवर्ककार्डवरीललिंकस्थितीसत्यापितकरा

75. PC च्या प्रमुख घटकांपैकी एक म्हणजे सेंट्रल प्रोसेसिंग युनिट (CPU) ज्याचे वर्णन उत्तम प्रकारे करता येईल:

a) जे डिव्हाइस मॉनिटर सिग्नल पाठवते ते काय दाखवायचे ते सांगते

b) सर्व सिस्टीम पॉवर वापराचे नियमन करणारे क्षेत्र

c) ज्या भागात मूलभूत इनपुट/आउटपुट दिनचर्या साठवल्या जातात

ड) <u>सर्वप्रक्रियाजेथेहोतेतेक्षेत्र</u>

76. कोणता मॉनिटर परफॉर्मन्सची सर्वोच्च पातळी प्रदान करेल?

अ) VGA

ब) XGA

c) CGA

ड) <u>SVGA</u>

77. खालीलपैकी कोणत्या बाबींसाठी तुम्हाला EPA विल्हेवाट मार्गदर्शक तत्त्वांचे पालन करणे आवश्यक आहे?

अ) कीबोर्ड

ब) सिस्टम बोर्ड

c) वीज पुरवठा

ड) <u>बॅटरी</u>

78. हार्ड डिस्क ट्रॅकमध्ये विभागली जाते जी पुढील उपविभाजित केली जाते:

अ) क्लस्टर्स

b) <u>क्षेत्र</u>

c) वेक्टर

ड) डोके

79. डॉट-मॅट्रिक्स प्रिंटरशी सामान्यतः संबंधित पेपर फीडिंग तंत्रज्ञान काय आहे?

अ) शीट फीड

b) <u>ट्रॅक्टरफीड</u>

c) घर्षण फीड

ड) मॅन्युअल फीड

80. सीआरटी डिस्चार्ज करण्यापूर्वी तुम्ही प्रथम कोणती पायरी करावी?

अ) CRT त्याच्या घरातून काढून टाका

b) संगणकावरून CRT डिस्कनेक्ट करा

c) व्हिडिओ असेंबली काढा

ड) <u>उर्जास्त्रोतकाढूनटाकण्यापूर्वीवीजबंदकरा</u>

81. कॅपेसिटर खालीलपैकी कोणत्या युनिटमध्ये मोजला जातो?

अ) व्होल्ट

ब) ओम्स

c) <u>फॅराइस</u>

ड) प्रतिकार

82. डिस्प्ले कार्यरत आहे की नाही हे निर्धारित करण्यासाठी तुम्ही काय विचाराल?

अ) स्क्रीनवर व्हिडिओ कर्सर किंवा क्रिया आहे का?

b) संगणकाची बीप झाली की घंटी वाजली?

c) स्क्रीनवर उच्च व्होल्टेज स्थिर आहे का?

ड) <u>हेसर्व</u>

83. तुमची CD-ROM ऑडिओ केबल याशी कनेक्ट होते:

अ) स्पीकर

ब) <u>साउंडकार्ड (किंवामदरबोर्डजरध्वनीत्याच्याशीसमाकलितअसेलतर)</u>

c) वीज पुरवठा

ड) हार्ड ड्राइव्ह

84. एक पीसी कार्ड टाइप करा:

अ) फक्त डेस्कटॉपवर वापरले जातात

ब) यापुढे उत्पादन केले जात नाही

c) <u>PC कार्डांपैकीसर्वांतपातळआहेत</u>

ड) अस्तित्वात नाही

85. लेसर तंत्रज्ञानामध्ये, हस्तांतरण टप्प्यात काय होते? अ) अवशिष्ट टोनर कचरा ग्रहणात हस्तांतरित केले जाते

b) लेसर प्रतिमा ड्रममधून कागदावर स्थानांतरित करते

c) <u>प्रतिमाड्रममधूनकागदावरहस्तांतरितकेलीजाते</u>

d) एक नकारात्मक चार्ज ड्रमच्या पृष्ठभागावर हस्तांतरित केला जातो

86. समजा पॉवर दिवा चालू आहे, परंतु प्रिंटर प्रिंट करणार नाही. समस्या दुरुस्त करण्यासाठी तुम्ही काय करू शकता?

अ) <u>प्रिंटरऑनलाइनअसल्याचीखात्रीकरा</u>

b) AC लाइन फ्यूज बदला

c) प्रिंटर चालू आणि बंद करा

ड) रिबन बदला

87. मॅकिंटॉश स्क्रीनवर बॉम्ब असलेला डायलॉग बॉक्स दिसतो. कोणत्या प्रकारची समस्या आली आहे?

अ) RAM ची समस्या

ब) सॉफ्टवेअर समस्या

c) रॉम समस्या

d) ADB समस्या

88. पॉवरमध्ये व्यत्यय येणार नाही याची खात्री करण्यासाठी तुम्ही काय वापरू शकता, परिणामी डेटा खराब होतो?

अ) UPS

ब) योग्य ग्राउंडिंग

c) सर्ज प्रोटेक्टर

ड) सॅग प्रोटेक्टर

89. तुमच्या कॉम्प्युटरच्या मागील बाजूस असलेला 25-पिन फिमेल कनेक्टर हा असेल:

अ) सीरियल पोर्ट 1

b) समांतरबंदर

c) डॉकिंग

d) COM2 पोर्ट

90. प्रिंटर ड्रायव्हरसाठी रेजिस्ट्री वर्णन निश्चित करण्याचा शिफारस केलेला मार्ग कोणता आहे

अ) स्पूल फाइल हटवा

b) regedit.exe चालवा आणि प्रिंटरचा कोणताही संदर्भ काढून टाका

c) sysedit.exe चालवा आणि प्रिंटरचा कोणताही संदर्भ काढून टाका

d) प्रिंटरड्रायव्हरकाढाआणितोपुन्हास्थापितकरा

लेसर प्रिंटरमधील कोणत्या घटकामुळे ठप्प होत आहे याचे समस्यानिवारण करण्यासाठी एक महत्त्वाची पहिली पायरी आहे :

a) कागदाच्यामार्गातकागदकुठेथांबतोतेलक्षातघ्या

ब) सर्व व्होल्टेज तपासा

c) त्रुटी कोड पहा

d) प्रिंटर बंद करा, नंतर पुन्हा चालू करा

92. आरक्षित मेमरी क्षेत्राचा आकार किती आहे?

a) 64 kb

b) 384 kb

c) 640 kb

d) 1024 kb

93. संगणकातील धूळ प्रत्यक्षात त्यामधील चुंबकीय क्षेत्राचा आकार वाढवते. हे चांगले नाही, म्हणून तुम्ही अधूनमधून धूळ खात पडली पाहिजे, माझा विश्वास आहे. हे करण्याचा सर्वोत्तम मार्ग कोणता आहे?

अ) राखीव जागा

b) कोणतेही लहान व्हॅक्यूम उपकरण

c) सिस्टीम बोर्डवर खरच जोरात फुंकणे

ड) <u>कॉम्प्रेस्डएअरकॅनवापरा</u>

94. समता त्रुटी सहसा यासह समस्या दर्शवते:

अ) <u>स्मृती</u>

ब) हार्ड ड्राइव्ह

c) हार्ड ड्राइव्ह कंट्रोलर

d) I/O नियंत्रक

95. मॉनिटर पॉवर LED "चालू आहे? परंतु मॉनिटर स्क्रीन पूर्णपणे गडद आहे. समस्येचे सर्वात कमी संभाव्य कारण आहे:

अ) संगणकाच्या व्हिडिओ सर्किटरीमध्ये दोष

b) डिस्कनेक्ट केलेली व्हिडिओ केबल

c) सदोष मॉनिटर

ड) <u>सिस्टमरॉमसमस्या</u>

96. सामान्य इंक जेट प्रिंटरमध्ये कागदावर शाई कशी हस्तांतरित केली जाते?

a) उकळणारी शाई

ब) <u>क्रिस्टल</u>

c) मोटराइज्ड पंप

ड) कागदावर शाई फवारली जाते आणि नोजलद्वारे व्यवस्थापित केली जाते

97. इंकजेट प्रिंटरमध्ये, पेपर ट्रेमध्ये सर्वात सामान्य समस्या कोणती आहे?

अ) विसंगत मुद्रण

b) <u>खराबकार्यकरणारेपिक-अपरोलर्स</u>

c) शीट फीडरचे चुकीचे संरेखन

d) शाईच्या काडतुसावर कागद जाम करणे

98. एक ग्राहक कॉल करतो आणि म्हणते की तिचा संगणक बूट होणार नाही, ती आवाज ऐकू शकते आणि बॉक्सवर दिवे पाहू शकते, परंतु स्क्रीनवर काहीही येत नाही, समस्या सोडवण्यासाठी तुम्ही साइटवर काय घ्यावे?

अ) हार्ड ड्राइव्ह

ब) <u>व्हिडिओकार्ड</u>

c) पॉवर केबल

ड) वीज पुरवठा

99. डॉट मॅट्रिक्स प्रिंटरवरील ठिसूळ, अस्पष्ट, असमान किंवा मधूनमधून येणारी प्रिंट कोणती क्रिया दुरुस्त करेल?

अ) <u>रिबनबदलणे</u>

b) टायमिंग बेल्ट बदलणे

c) पेपर फीडचा ताण समायोजित करणे

ड) ट्रॅक्टर फीड रॅन्शन समायोजित करणे

100. प्रत्येक व्हिडिओ कार्ड असणे आवश्यक आहे?

अ) CMOS

ब) रॅम

c) CPU

ड) हे सर्व

101. कोणत्या खंडित हार्ड ड्राइव्हचे सर्वोत्तम वर्णन करते:

अ) ताट खराब आहेत

b) डेटा फाइल्स दूषित आहेत

c) डेटाचे क्लस्टर्स खराब झाले आहेत

ड) फाईल्ससलगक्लस्टर्समध्येसाठवल्याजातनाहीत

102. लेझर प्रिंटर पूर्णपणे काळे पृष्ठ तयार करतो, त्याचे कारण काय आहे?

अ) खराब कार्य करणारे इमेजिंग लेसर

b) टोनर कार्ट्रिजमध्ये निम्न पातळी

c) कोरोना हस्तांतरित करण्याची शक्ती नाही

ड) प्राथमिककोरोनाचीशक्तीनाही

103. तुम्ही तुमच्या ऑफिसमध्ये लेझर प्रिंटरची सेवा करणे आवश्यक आहे. प्रिंटरच्या कोणत्या भागाला स्पर्श करणे टाळावे कारण ते गरम आहे?

अ) फ्यूझर

b) प्रिंटर हेड

c) प्राथमिक कोरोना

ड) उच्च व्होल्टेज वीज पुरवठा

104. सामान्य PC बूट प्रक्रियेदरम्यान, खालीलपैकी प्रथम कोणते सक्रिय होते?

अ) RAM BIOS

ब) CMOS

c) ROM BIOS

ड) हार्ड डिस्क माहिती

105. कोणते उपकरण मानक अप मध्ये प्लग केले जाऊ नये?

अ) मॉनिटर

ब) लेसरप्रिंटर

c) इंक-जेट प्रिंटर

ड) बाह्य मोडेम

106. प्रिंटरच्या दोन्ही बाजूंना काय मुद्रित करण्याची परवानगी देते?

अ) फ्यूझर

ब) <u>डुप्लेक्सर</u>

c) टोनर काडतूस

ड) पेपर-स्वॉपिंग युनिट

107. कोणते फील्ड बदलण्यायोग्य युनिट नाही?

अ) सिस्टम रॉम

ब) वीज पुरवठा

c) <u>सिस्टमचेसिस</u>

ड) व्हिडिओ कंट्रोलर

108. पर्यावरण रीसायकल करण्यासाठी सर्वात सोपा घटक कोणता आहे?

अ) मदरबोर्ड

ब) CMOS बॅटरी

c) <u>टोनरकाडतुसे</u>

d) कॅथोड किरण नळ्या

109. प्रिंटर केबल पॉवर केबलला बंद केल्यास कोणती समस्या उद्भवू शकते?

अ) ESD इलेक्ट्रोस्टॅटिक डिस्चार्ज

b) <u>EMI इलेक्ट्रोमॅग्नेटिकहस्तक्षेप</u>

c) समता त्रुटी

ड) कोणताही परिणाम होत नाही

110. विजेच्या वादळात पीसीचे नुकसान होण्यापासून तुम्ही पूर्णपणे संरक्षण कसे करू शकता?

a) <u>AC पॉवरकेबलडिस्कनेक्टकरा</u>

b) सर्व बाह्य केबल्स आणि पॉवर कॉर्ड डिस्कनेक्ट करा

c) लाट संरक्षक वापरा

d) AC पॉवर बंद करा

111. सर्व ऑपरेटिंग सिस्टीमची एकूण मेमरी कुठून सुरू होते? अ) CPU

ब) <u>BIOS</u>

c) ROM

ड) रॅम

112. फ्यूजिंग प्रक्रियेदरम्यान, टोनर आहे:

अ) कागदात कोरडे दाबले

b) कागदावर इलेक्ट्रिकली बॉन्डेड

c) कागदात वितळले

ड) <u>उच्चदाबानेकागदावरफवारणीकेली</u>

113. तुम्ही लेझर प्रिंटरची सेवा केल्यानंतर, तुम्हाला गलिच्छ प्रिंट लक्षात येते. खालीलपैकी कोणती समस्या दूर करेल?

a) विकसक टाकी स्वच्छ करा

b) प्रिंटर रीसेट करा

c) <u>अनेकरिक्तपृष्ठेचालवा</u>

ड) लेसर डायोड स्वच्छ करा

114. बूट प्रक्रियेदरम्यान, प्रणाली प्रथम मेमरी कोठून मोजते?

a) विस्तार मेमरी बोर्ड

ब) व्हिडिओ अडॅप्टर

c) <u>सिस्टमबोर्ड</u>

ड) कॅशे

115. तुमच्याकडे एक प्रणाली आहे जी वेळोवेळी लॉक करते. तुम्ही सॉफ्टवेअर नाकारले आहे, आणि आता शंका आहे की ते हार्डवेअर आहे. आपण प्रथम काय करावे जे आपल्याला दोष असलेल्या घटकापर्यंत ते कमी करण्यास मदत करू शकेल?

अ) रॅम फिरवा

ब) रॅम बदला

c) स्तर 2 कॅशे SIMM बदला

d) <u>CMOS मध्ये CPU कॅशेअक्षमकरा</u>

116. तुमचा हार्ड ड्राइव्ह डेटा संरक्षित करण्याचा सर्वोत्तम मार्ग कोणता आहे?

अ) <u>नियमितबॅकअप</u>

b) वेळोवेळी ते डीफ्रॅग करा

c) आठवड्यातून किमान एकदा runchkdsk

ड) नियमित निदान चालवा

117. संगणकावरील स्लॉट कव्हर्स गहाळ झाल्यामुळे होऊ शकते?

अ) <u>जास्तउष्णता</u>

b) शक्ती वाढणे

c) EMI

d) ESD साठी अपूर्ण मार्ग

118. लेसर प्रिंटर तंत्रज्ञानामध्ये, कंडिशनिंग स्टेज दरम्यान काय होते?

अ) कोरोना वायर कागदावर एकसमान सकारात्मक चार्ज ठेवते

b) <u>प्रकाशसंवेदनशीलड्रमवरएकसमानऋणशुल्कलावलेजाते</u>

c) टोनरवर एकसमान ऋण चार्ज ठेवला जातो

ड) हे सर्व

119. कीबोर्डवरील की साफ करण्यासाठी कोणते उत्पादन वापरले जाते?

अ) टीएमसी सॉल्व्हेंट

ब) सिलिकॉन स्प्रे

c) विकृत अल्कोहोल

ड) <u>सर्व-उद्देशीयक्लिनर</u>

120. कोणते परिधीय पोर्ट लेसर प्रिंटरला सर्वात जलद पुरवते?

a) RS-232

b) SCSI

c) <u>समांतर</u>

ड) मालिका

121. तुमचा ग्राहक तुम्हाला सांगतो की त्यांच्या डॉट मॅट्रिक्स प्रिंटरची प्रिंट गुणवत्ता हलकी आणि गडद आहे. खालीलपैकी कोणती समस्या उद्भवू शकते.

अ) पेपर स्लिपेज

b) <u>अयोग्यरिबनप्रगती</u>

c) कागदाची जाडी

ड) प्रमुख स्थान

122. I/O कार्ड I साठी 34-पिन कनेक्शन?

अ) <u>फ्लॉपीड्राइव्ह</u>

b) SCSI ड्राइव्ह

c) IDE ड्राइव्ह

ड) झिप ड्राइव्ह

123. "रेड बुक", "यलो बुक" आणि "ऑरेंज बुक" या शब्दांचा संदर्भ आहे:

अ) SCSI

ब) IDE

c) फ्लॉपी ड्राइव्ह तंत्रज्ञान

d) <u>CD-ROM मानके</u>

124. कोणते बीप कोड सिस्टम बोर्ड किंवा पॉवर सप्लाय बिघाड दर्शवू शकतात?

अ) स्थिर लहान बीप

ब) बीप नाही

c) एक लांब सतत बीप टोन

ड) <u>हेसर्व</u>

125. लेसर प्रिंटरचा कोणता भाग सूर्यप्रकाशाच्या संपर्कात येऊ नये?

अ) कोरोना असेंब्ली ट्रान्सफर करा

b) <u>पीसीड्रम</u>

c) प्राथमिक कोरोना वायर

ड) टोनर काडतूस

126. इंकजेट तंत्रज्ञानामध्ये शाईवरील थेंब कशाने विचलित होतात?

अ) <u>बहुदिशात्मकनोजल</u>

b) इलेक्ट्रॉनिक पद्धतीने प्लेट्स चार्ज करतात

c) उच्च दाब प्लेट्स

d) इलेक्ट्रो स्टॅटिक शोषण

127. कोणत्या मोठ्या व्हिडिओ फाइल्समध्ये सर्वात जलद प्रवेश प्रदान करतात?

अ) ऑप्टिकल ड्राइव्हस्

ब) IDE हार्ड ड्राइव्हस्

c) <u>SCSI हार्डड्राइव्हस्</u>

ड) EIDE हार्ड ड्राइव्हस्

128. तुमच्या कॉंप्युटरच्या मागील बाजूस असलेला 25-पिन फिमेल कनेक्टर असा असेल:

अ) सीरियल पोर्ट 1

b) <u>समांतरबंदर</u>

c) डॉकिंग

d) COM2 पोर्ट

129. PC बाजूला, प्रिंटर पोर्ट आहे:

अ) 25 पिन महिला सिरीयल कनेक्टर

b) 15 पिन महिला समांतर कनेक्टर

c) 25 पिन पुरुष सिरीयल कनेक्टर

d) <u>25 पिनमहिलासमांतरकनेक्टर</u>

130. तुम्ही Windows 95 मध्ये ऑप्लिकेशन इन्स्टॉल करत आहात आणि संगणक क्रॅश झाला, तुम्ही काय करता?

a) alt + Ctrl + delete, दोनदा दाबा

b) alt + Ctrl + delete दाबा आणि कार्य समाप्त करा

c) संगणकावरील रीसेट बटण दाबा

ड) <u>संगणकबंदकराआणिफ्लॉपीडिस्कवरूनबूटकरा</u>

131. RS-232 हे एक मानक आहे जे यावर लागू होते:

अ) <u>सीरियलपोर्ट</u>

b) समांतर बंदरे

c) गेम पोर्ट

ड) नेटवर्क

132. तुम्ही नुकतीच नवीन IDE हार्ड ड्राइव्ह इन्स्टॉल केली, परंतु तुमची सिस्टम BIOS नवीन ड्राइव्ह ओळखणार नाही, तुम्ही प्रथम काय तपासले पाहिजे.

अ) केबल क्रम

ब) <u>हार्डड्राइव्हवरजंपर्स</u>

c) ड्रायव्हर्स ज्यांना लोड करणे आवश्यक आहे

d) हार्ड ड्राइव्ह उत्पादक वेबसाइट माहिती

133. संगणकाच्या सर्व भौतिक घटकांना एकत्रितपणे म्हणतात.

(a) सॉफ्टवेअर

(b) <u>हार्डवेअर</u>

(c) मालवेअर

(d) जंकवेअर

134. हार्डवेअर _______ स्पर्श करणे.

(a) करू शकत नाही

(b) <u>करूशकता</u>

(c) मे

(d) होईल

135. हार्डवेअर _______ काम करण्यासाठी विद्युत उर्जा.

(a) <u>वापरतो</u>

(b) वापरत नाही

(c) व्युत्पन्न करते (d) निर्माण करते

136. हार्डवेअर _______ जागा.

(a) व्यापत नाही

(b) <u>व्यापतो</u>

(c) आवश्यक नाही

(d) गरज नाही

औद्योगिक प्रशिक्षण संस्था

मासिक चाचणी-1, गुण- 20, तारीख:- _______________

(प्रत्येक प्रश्नाला दोन गुण असतात)

5] तिसर्‍या पिढीचे संगणक _______ वर आधारित होते

(अ) आयसी

(ब) व्हॅक्यूम ट्यूब

(C) ट्रान्झिस्टर

(डी) वरीलपैकी काहीही नाही

6] EDSAC मध्ये, अतिरिक्त ऑपरेशन _______ मायक्रो मध्ये पूर्ण झाले

सेकंद]

(A) 4000

(ब) 3000

(C) 2000

(डी) १५००

7] ULSI म्हणजे________

(अ) अल्ट्रा लार्ज स्केल इंटिग्रेशन

(ब) अल्टिमेट लार्ज स्केल इंटिग्रेशन

(C) वरच्या मोठ्या प्रमाणात एकत्रीकरण

(डी) अल्ट्रा लार्ज स्क्रिप्ट इंटिग्रेशन

8] खालीलपैकी चौथ्या पिढीचा संगणक कोणता आहे?

(A) INTEL 4004

(B) IBM 360

(C) IBM 1401

(डी) वरीलपैकी काहीही नाही

9] IC _________ चे बनलेले आहे

(अ) मायक्रोप्रोसेसर

(ब) व्हॅक्यूम ट्यूब

(C) ट्रान्झिस्टर

(डी) वरीलपैकी काहीही नाही

10] आधुनिक संगणकाचे जनक________

(अ) चार्ल्स बॅबेज

(ब) ॲलन ट्युरिंग

(C) टेड हॉफ

(डी) वरीलपैकी काहीही नाही

1] संकरित संगणक म्हणजे _________ चे एकत्रित गुणधर्म

(अ) सूक्ष्म आणि मिनी संगणक

(ब) मिनी आणि सुपर कॉम्प्युटर

(C) मेनफ्रेम आणि सुपर कॉम्प्युटर

(डी) ॲनालॉग आणि डिजिटल संगणक

2] खालीलपैकी कोणती हँडहेल्ड ऑपरेटिंग सिस्टम वापरते?

(अ) सुपर कॉम्प्युटर

(ब) लॅपटॉप

(सी) मेनफ्रेम

(D) PDA

3] _________ टर्मिनल प्रतिमा तसेच मजकूर प्रदर्शित करू शकते]

(अ) मजकूर

(आ) मुका

(क) ग्राफिकल

(डी) वरीलपैकी काहीही नाही

4] मायक्रो कॉम्प्युटर शब्दाची लांबी _________ च्या दरम्यान असते

(A) 8 आणि 16 बिट

(B) 8 आणि 21 बिट

(C) 8 आणि 24 बिट

(D) 8 आणि 32 बिट

औद्योगिक प्रशिक्षण संस्था

मासिक चाचणी-2, गुण- 20, तारीखः- _______________

(प्रत्येक प्रश्नाला दोन गुण असतात)

5] सर्वात वेगवान आणि सर्वात महाग संगणक आहेत_______

(अ) सुपर कॉम्प्युटर

(ब) क्वांटम संगणक

(C) मेनफ्रेम संगणक

(D) सूक्ष्म संगणक

6] खालीलपैकी सर्वात लहान आणि वेगवान संगणक कोणता आहे मेंदूच्या कामाचे अनुकरण करणे?

(अ) सुपर कॉम्प्युटर

(ब) क्वांटम संगणक

(C) मेनफ्रेम संगणक

(D) PDA

7] ______ टर्मिनल डेटावर प्रक्रिया किंवा संचय करत नाही]

(अ) मुका

(ब) बुद्धिमान

(C) दोन्ही (A) आणि (B)

(डी) वरीलपैकी काहीही नाही

8] वापरकर्ता सामान्यतः मेनफ्रेममध्ये प्रवेश करण्यासाठी _________ लागू करतो किंवा

सुपर संगणक?

(अ) नोड

(ब) टर्मिनल

(सी) डेस्कटॉप

(डी) वरीलपैकी काहीही नाही

9] डेस्कटॉप आणि पर्सनल कॉम्प्युटर _________ म्हणूनही ओळखले जातात

(अ) सुपर कॉम्प्युटर

(ब) क्वांटम संगणक

(C) मेनफ्रेम संगणक

(डी) सूक्ष्म संगणक

10] ग्राफिकल टर्मिनल्स दोन प्रकारांमध्ये विभागले गेले आहेत] ते ______ आहेत

(अ) मजकूर आणि मुका

(ब) मुका आणि हुशार

(C) वेक्टर मोड आणि रास्टर मोड

(डी) वरीलपैकी काहीही नाही

1] आर्टिफिशियल इंटेलिजन्स (AI) साठी कोणती भाषा वापरली जाते?

(अ) फोरट्रान

(ब) कोबोल

(क) सी

(D) PROLOG

2] "कृत्रिम बुद्धिमत्ता" ही संज्ञा कोणी तयार केली?

(अ) चार्ल्स बॅबेज

(ब) ॲलन ट्यूनिंग

(C) वॉन न्यूमन

(डी) जॉन मॅककार्थी

3] _________ हे जैविक न्यूरल नेटवर्कच्या संरचनेवर आधारित संगणकीय मॉडेल आहे?

(A) आर्टिफिशियल न्यूरल नेटवर्क (ANN)

(ब) जैविक नेटवर्क

(C) दोन्ही (A) आणि (B)

(डी) वरीलपैकी काहीही नाही

4] एक न्यूरल नेटवर्क ज्यामध्ये सिग्नल फक्त एकाच दिशेने जातो त्याला _____ म्हणतात.

(अ) फीड फॉरवर्ड न्यूरल नेटवर्क

(ब) आवर्ती न्यूरल नेटवर्क

(C) दोन्ही (A) आणि (B)

(डी) वरीलपैकी काहीही नाही

औद्योगिक प्रशिक्षण संस्था

मासिक चाचणी-३, गुण- २०, तारीख:- _______________

(प्रत्येक प्रश्नाला दोन गुण असतात)

5] _________ हे इनपुट आणि आउटपुट स्तरांमध्ये अनेक छुपे लेयर्स असलेले कृत्रिम न्यूरल नेटवर्क आहे?

(अ) डीप न्यूरल नेटवर्क

(ब) उथळ न्यूरल नेटवर्क

(C) दोन्ही(A) आणि (B)

(डी) वरीलपैकी काहीही नाही

6] सर्वात प्रसिद्ध रिकरंट न्यूरल नेटवर्क _________ आहे

(अ) परसेप्ट्रॉन्स

(ब) रेडियल बेसिस नेटवर्क्स

(C) हॉपफिल्ड नेट

(डी) वरीलपैकी काहीही नाही

7] कोणते न्यूरल नेटवर्क फीडबॅक सिग्नलला अनुमती देते?

(अ) फीड फॉरवर्ड न्यूरल नेटवर्क

(ब) आवर्ती न्यूरल नेटवर्क

(C) दोन्ही (A) आणि (B)

(डी) वरीलपैकी काहीही नाही

8] न्यूरल नेटवर्कचे खालीलपैकी कोणते ॲप्लिकेशन/आहेत?

(अ) नमुना ओळख

(ब) मोबाईल संगणन

(सी) भाषण वाचन (ओठ-वाचन)

(डी) वरील सर्व

9] स्तरित फीड फॉरवर्ड न्यूरल नेटवर्कमध्ये कोणता अल्गोरिदम वापरला जातो?

(अ) बॅक प्रोपगेशन अल्गोरिदम

(ब) बायनरी शोध

(C) दोन्ही(A) आणि (B)

(डी) वरीलपैकी काहीही नाही

10] रेडियल बेसिस फंक्शन (RBF) नेटवर्कमध्ये ______ स्तर असतात]

(अ) एक

(ब) चार

(क) दोन

(डी) तीन

1] संगणकात वापरण्यात येणारी चिप _______ पासून बनलेली असते

(अ) सिलिकॉन

(ब) आयर्न ऑक्साईड

(C) क्रोमियम

(डी) वरीलपैकी काहीही नाही

2] चौथ्या पिढीचे संगणक _______ वर आधारित होते

(अ) आयसी

(ब) व्हॅक्यूम ट्यूब

(C) ट्रान्झिस्टर

(डी) मायक्रोप्रोसेसर

3] विकसित झालेली पहिली संगणक भाषा _______ होती

(A) COBOL

(ब) पास्कल

(C) बेसिक

(डी) फोरट्रान

4] चारही अंकगणितीय क्रिया (बेरीज, वजाबाकी, गुणाकार, भागाकार) करू शकणारा पहिला कॅल्क्युलेटर होता.

म्हणून ओळखले_______

(अ) पास्कलिन

(ब) स्लाइड नियम

(सी) स्टेप रेकनर

(डी) वरीलपैकी काहीही नाही

औद्योगिक प्रशिक्षण संस्था

मासिक चाचणी-4, गुण- 20, तारीख:- _______

(प्रत्येक प्रश्नाला दोन गुण असतात)

5] पहिला संगणक स्प्रेडशीट प्रोग्राम _______ होता

(अ) कमळ 1-2-3

(ब) एमएस एक्सेल

(C) VisiCalc

(डी) वरीलपैकी काहीही नाही

6] चौथ्या पिढीच्या भाषेसाठी (4GL) खालीलपैकी कोणते उदाहरण आहे?

(A) COBOL

(ब) पॉवरबिल्डर

(C) फोरट्रान

(डी) वरीलपैकी काहीही नाही

1] संगणकातील घटकांमधील किंवा संगणकांदरम्यान डेटा हस्तांतरित करणाऱ्या संप्रेषण प्रणालीला _______ म्हणतात.

अ] बंदर

ब] बस

क] नोंदणी

ड] वरीलपैकी नाही

2] कोणती बस संगणकाचे सर्व अंतर्गत घटक जसे की CPU आणि मेमरी मुख्य बोर्ड (मदरबोर्ड) शी जोडते?

अ] विस्तार बस

ब] बाह्य बस

क] अंतर्गत बस

ड] वरीलपैकी नाही

३] संगणकाला पेरिफेरल उपकरणांशी जोडणाऱ्या बसला _______ म्हणतात

अ] प्रणाली बस

ब] मेमरी बस

क] समोरील बाजूची बस

ड] बाह्य बस

4] बाह्य बसला _______ असेही संबोधले जाते

अ] प्रणाली बस

ब] मेमरी बस

क] समोरील बाजूची बस

ड] विस्तार बस

5] मेमरी किंवा I/O डिव्हाइसमध्ये प्रवेश करण्याची आज्ञा _______ द्वारे दिली जाते

अ] पत्ता बस

ब] डेटा बस

C] नियंत्रण बस

ड] वरीलपैकी नाही

६] संगणक बस जी भौतिक पत्ता निर्दिष्ट करण्यासाठी वापरली जाते?

अ] पत्ता बस

ब] डेटा बस

C] नियंत्रण बस

ड] वरीलपैकी नाही

7] एका घटकातून दुसऱ्या घटकामध्ये किंवा संगणकांदरम्यान डेटा हस्तांतरित करणाऱ्या बसला _______ म्हणतात.

अ] पत्ता बस

ब] डेटा बस

C] नियंत्रण बस

ड] वरीलपैकी नाही

8] RISC म्हणजे __________

अ] रिव्हर्स इंस्ट्रक्शन सेट कॉम्प्युटर

B] उलट माहिती संच संगणक

क] कमी केलेला माहिती संच संगणक

ड] कमी सूचना संच संगणक

औद्योगिक प्रशिक्षण संस्था

मासिक चाचणी-5, गुण- 20, तारीख:- __________

(प्रत्येक प्रश्नाला दोन गुण असतात)

9] __________ हे अल्प-मुदतीचे, मध्यवर्ती संचयनासाठीचे एक रजिस्टर आहे संगणकाच्या CPU मध्ये अंकगणित आणि तर्कशास्त्र डेटा]

अ] संचयक

ब] बस

क] बफर

ड] वरीलपैकी नाही

10] __________ मशीन भाषेत CPU साठी कमांडचा एक समूह आहे]

अ] माहिती संच

ब] सूचना संच

क] बफर

ड] वरीलपैकी नाही

1] वॉन न्यूमन आर्किटेक्चर __________ आहे

अ] एकाधिक सूचना एकाधिक डेटा(MIMD)

B] सिंगल इंस्ट्रक्शन मल्टिपल डेटा (SIMD)

C] एकाधिक सूचना सिंगल डेटा (MISD)

D] सिंगल इंस्ट्रक्शन सिंगल डेटा(SISD)

2] संगणकातील सिग्नल किंवा डेटाचा मार्ग प्रत्यक्षात नियंत्रित करणाऱ्या प्रोग्रामिंगला __________ म्हणतात.

अ] विधानसभा भाषा प्रोग्रामिंग

ब] मशीन भाषा प्रोग्रामिंग

क] मायक्रो प्रोग्रामिंग

ड] वरीलपैकी नाही

3] CISC म्हणजे __________

अ] कंपाऊंड इंस्ट्रक्शन सेट कॉम्प्युटर

ब] कॉम्प्लेक्स माहिती संच संगणक

क] कंपाऊंड माहिती संच संगणक

ड] कॉम्प्लेक्स इंस्ट्रक्शन सेट कॉम्प्युटर

4] ज्या रजिस्टरमध्ये त्या ठिकाणाचा पत्ता असतो किंवा ज्यावरून डेटा हस्तांतरित करायचा आहे त्याला _________ म्हणून ओळखले जाते.

अ] सूचना नोंदवही

ब] नियंत्रण नोंदवही

क] मेमरी अॅड्रेस रजिस्टर

ड] वरीलपैकी नाही

5] काउंटरद्वारे एखाद्या व्यत्ययाकडे तात्पुरते दुर्लक्ष केले जाऊ शकते त्याला ________ म्हणतात

अ] मास्क करण्यायोग्य व्यत्यय

ब] नॉन-मास्क करण्यायोग्य व्यत्यय

C] वेक्टर केलेला व्यत्यय

ड] वरीलपैकी नाही

6] संगणक सर्व गणिती आणि तार्किक क्रिया त्याच्या ________ मध्ये करतो

अ] व्हिज्युअल डिस्प्ले युनिट

ब] मेमरी युनिट

क] आउटपुट युनिट

ड] सेंट्रल प्रोसेसिंग युनिट

7] गती मोजण्यासाठी खालीलपैकी कोणते एकक वापरले जाऊ शकते संगणकाचा?

अ] BAUD

ब] SYPS

क] मिप

ड] वरीलपैकी नाही

8] एक बिट डेटा साठवण्यासाठी वापरलेले सर्किट ______ म्हणून ओळखले जाते

अ] एन्कोडर

ब] किंवा

क] फ्लिप फ्लॉप

ड] वरीलपैकी नाही

औद्योगिक प्रशिक्षण संस्था

मासिक चाचणी-6, गुण- 20, तारीख:- _______________

(प्रत्येक प्रश्नाला दोन गुण असतात)

9] नियंत्रण युनिट नियंत्रण निर्माण करून इतर युनिट्स नियंत्रित करते आणि _______

अ] कमांड सिग्नल

ब] वेळेचे संकेत

C] हस्तांतरण सिग्नल

ड] वरीलपैकी नाही

10] खालीलपैकी कोणती बस रचना सहसा I/O उपकरणे जोडण्यासाठी वापरली जाते?

अ] एकच बस

ब] एकाधिक बस

क] स्टार बस

ड] वरीलपैकी नाही

1] एक इंटरफेस जो थेट डेटाचे I/O हस्तांतरण प्रदान करतो आणि मेमरी युनिट आणि परिधीय बनवतो त्याला _______ असे म्हणतात.

अ] डीडीए

ब] सीरियल इंटरफेस

C] डायरेक्ट मेमरी ऍक्सेस (DMA)

ड] वरीलपैकी नाही

2] मूलभूत सूचना ज्याचा संगणकाद्वारे अर्थ लावला जाऊ शकतो त्यात सामान्यतः _______ असते

अ] एक ऑपरेंड आणि पत्ता

ब] डिकोडर आणि एक संचयक

सी] अनुक्रम रजिस्टर आणि डीकोडर

ड] वरीलपैकी नाही

3] लोड इंस्ट्रक्शनचा वापर मुख्यतः मेमरीमधून प्रोसेसर रजिस्टरला _______ म्हणून ओळखले जाणारे हस्तांतरण नियुक्त करण्यासाठी केला जातो.

अ] संचयक

ब] सूचना नोंदवही

क] कार्यक्रम काउंटर

ड] मेमरी ऍड्रेस रजिस्टर

4] मायक्रो कॉम्प्युटरमधील घटकांमधील संवाद पत्त्याद्वारे होतो आणि _______

A] I/O बस

ब] डेटा बस

क] पत्ता बस

ड] वरीलपैकी नाही

5] रजिस्टरमध्ये साठवलेल्या डेटावर अंमलात आणलेल्या ऑपरेशनला _______ म्हणतात

अ] मॅक्रो-ऑपरेशन

ब] सूक्ष्म ऑपरेशन

क] बिट-ऑपरेशन

ड] वरीलपैकी नाही

6] कोणते रजिस्टर मेमरीमध्ये साठवलेल्या प्रोग्राममधील सूचनांचा मागोवा ठेवते?

अ] पत्ता नोंदवही

ब] इंडेक्स रजिस्टर

क] कार्यक्रम काउंटर

ड] वरीलपैकी नाही

7] कोणत्या अॅड्रेसिंग मोडमध्ये सूचनांमध्ये ऑपरेंड स्पष्टपणे दिलेला आहे?

अ] निरपेक्ष

ब] तात्काळ

क] अप्रत्यक्ष

ड] थेट

8] आवश्यकतेनुसार, परिणाम CPU मधून मुख्य मेमरीमध्ये _______ ने हस्तांतरित केले जातात.

अ] I/O उपकरणे]

ब] CPU]

C] शिफ्ट रजिस्टर्स]

ड] वरीलपैकी नाही]

औद्योगिक प्रशिक्षण संस्था

मासिक चाचणी-7, गुण- 20, तारीख:- _______________

(प्रत्येक प्रश्नाला दोन गुण असतात)

9] बिट्सचा समूह जो संगणकाला विशिष्ट ऑपरेशन करण्यास सांगतो त्याला _______ म्हणून ओळखले जाते.

अ] सूचना कोड

ब] सूक्ष्म ऑपरेशन

क] संचयक

ड] नोंदणी

10] मेमरीमधील स्टोरेज स्थानापर्यंत पोहोचण्यासाठी आणि त्यातील सामग्री मिळविण्यासाठी लागणाऱ्या सरासरी वेळेला ______ म्हणतात.

अ] विलंब वेळ]

ब] प्रवेश वेळ]

क] टर्नअराउंड वेळ]

D] प्रतिसाद वेळ]

1] अ‍ॅड्रेसिंग मोड जो इन-डिरेक्शन पॉइंटर्सचा वापर करतो ______ आहे

अ] ऑफसेट अ‍ॅड्रेसिंग मोड

ब] रिलेटिव्ह अ‍ॅड्रेसिंग मोड

क] अप्रत्यक्ष संबोधन मोड

ड] वरीलपैकी नाही

2] सूचनांच्या अंमलबजावणीचा सामान्य क्रम बदलण्यासाठी कोणता पत्ता मोड सर्वात योग्य आहे?

अ] तात्काळ

ब] अप्रत्यक्ष

क] नातेवाईक

ड] वरीलपैकी नाही

8] कोणते इनपुट डिव्हाईस उलथापालथ माऊससारखे दिसते?

अ] ट्रॅकबॉल

ब] सूचक काठी

क] ट्रॅक पॅड

ड] टच पॅड

9] बार-कोड वाचक ______ वाचण्यासाठी प्रकाश वापरतात

A] UPCs

ब] UPSs

क] POS

डी] ऑप्टिकल गुण

10] मॉनिटरचा डिस्प्ले आकार __________ मोजला जातो

अ] तिरपे]

ब] आडवे]

क] अनुलंब]

ड] वरीलपैकी नाही

1] प्रोसेसिंग युनिटकडून डेटा प्राप्त करणाऱ्या संगणक किंवा सिस्टम पेरिफेरल्सना __________ म्हणतात

अ] इनपुट उपकरणे

ब] आउटपुट उपकरणे

C] दोन्ही (A) आणि (B)

ड] वरीलपैकी नाही

2] एक प्रदर्शित स्क्रीन ज्यामध्ये मजकूर एका रंगात सादर केला जातो आणि पार्श्वभूमी इतर कोणत्याही रंगाची असेल त्याला _________ म्हणतात

अ] मोनोक्रोम स्क्रीन

ब] उच्च रिझोल्यूशन स्क्रीन

C] कमी रिझोल्यूशन स्क्रीन

D] मध्यम रिझोल्यूशन स्क्रीन

3] LED म्हणजे _________

अ] कमी उत्सर्जन प्रदर्शन

ब] द्रव उत्सर्जक प्रदर्शन

C] कमी उत्सर्जन करणारा डायोड

ड] प्रकाश उत्सर्जक डायोड

औद्योगिक प्रशिक्षण संस्था

मासिक चाचणी-8, गुण- 20, तारीख:- _____________

(प्रत्येक प्रश्नाला दोन गुण असतात)

४] विद्युतप्रवाह दाखवण्यासाठी संगणकाच्या स्क्रीनवर मार्कर वापरला जातो स्थितीला _________ म्हणतात

अ] रंगीत मार्कर

ब] स्थिती तपासणारा

C] कर्सर

ड] वरीलपैकी नाही

5] खालीलपैकी कोणते उपकरण मजकूर प्रविष्ट करण्यासाठी वापरले जाते आणि संगणकातील संख्यात्मक डेटा?

अ] प्लॉटर

ब] स्कॅनर

क] प्रिंटर

ड] कीबोर्ड

6] प्रिंटर रिझोल्यूशन सहसा _________ मध्ये मोजले जाते

अ] कॅरेक्टर्स प्रति मिनिट (CPM)

B] पिक्सेल प्रति इंच (PPI)

C] पृष्ठे प्रति मिनिट (PPM)

D] डॉट्स प्रति इंच (DPI)

7] _________ हे एक इनपुट उपकरण आहे जे ॲनालॉग माहितीचे डिजिटल स्वरूपात रूपांतर करते]

अ] प्लॉटर

ब] ट्रॅक बॉल

क] हलका पेन

ड] डिजिटायझर

8] _________ हा एक विशेष प्रकारचा ऑप्टिकल स्कॅनर आहे जो पेन किंवा पेन्सिलने बनवलेल्या चिन्हाचा प्रकार ओळखण्यासाठी वापरला जातो]

अ] ऑप्टिकल कॅरेक्टर रीडर

ब] बार कोड रीडर

C] ऑप्टिकल मार्क रीडर

ड] वरीलपैकी नाही

9] खालीलपैकी कोणता नॉन-मिसिव डिस्प्ले आहे?

अ] एलईडी

ब] एलसीडी

C] दोन्ही (A) आणि (B)

ड] वरीलपैकी नाही

10] _________ प्रिंटर अक्षरे रिबनवर मारून छापतात जी नंतर कागदावर दाबली जातात]

अ] प्रभाव

ब] नॉन इम्पॅक्ट

C] दोन्ही (A) आणि (B)

ड] वरीलपैकी नाही

1] क्रेडिट कार्डवरील माहिती वाचण्यासाठी कोणते इनपुट उपकरण वापरले जाते?

अ] ग्राफिक टॅब्लेट

ब] अंकीय कीबोर्ड

C] बार कोड रीडर

ड] चुंबकीय पट्टी वाचक

2] LCD म्हणजे _________

अ] हलका क्रिस्टल डिस्प्ले

ब] कमी क्रिस्टल डिस्प्ले

C] कमी क्रिस्टल डिस्प्ले

ड] लिक्विड क्रिस्टल डिस्प्ले

3] खालीलपैकी कोणते उंदीर म्हणून काम करते?

अ] कीबोर्ड

ब] स्कॅनर

क] ट्रॅक बॉल

ड] वरीलपैकी नाही

औद्योगिक प्रशिक्षण संस्था

मासिक चाचणी-9, गुण- 20, तारीख:- ________________

(प्रत्येक प्रश्नाला दोन गुण असतात)

4] संगणक परिचालकाने केलेले काम यात दाखवले जाते

संगणकाचा भाग?

अ] CPU

ब] VDU

C] ALU

ड] वरीलपैकी नाही

5] ज्यामध्ये मजकूर वर्णांचे फोटो स्कॅनिंग समाविष्ट आहे

वर्ण, प्रतिमेमध्ये स्कॅन केलेले विश्लेषण आणि नंतर

वर्ण प्रतिमेचे अक्षर कोडमध्ये भाषांतर?

अ] ओसीआर

ब] OMR

सी] बार कोड रीडर

ड] वरीलपैकी नाही

6] ओसीआर प्रक्रियेत, जेव्हा एखादे वर्ण ओळखले जाते, तेव्हा ते ________ कोडमध्ये रूपांतरित केले जाते]

अ] बायनरी

ब] ASCII

C] दोन्ही (A) आणि (B)

ड] वरीलपैकी नाही

7] लेझर प्रिंटर आणि इंक-जेट प्रिंटर ________ चे उदाहरण आहेत

अ] प्रभाव

ब] नॉन इम्पॅक्ट

C] दोन्ही (A) आणि (B)

ड] वरीलपैकी नाही

8] अनेक विमानांच्या कॉकपिटमध्ये खालीलपैकी कोणते प्रमुख उड्डाण नियंत्रण म्हणून वापरले जाते?

अ] ग्राफिक टॅब्लेट

ब] जॉय स्टिक

C] बार कोड रीडर

ड] चुंबकीय पट्टी वाचक

9] TFT म्हणजे ________

अ] जाड फिल्म ट्रान्झिस्टर

ब] पातळ फिल्म ट्रान्झिस्टर

क] पातळ फिल्म ट्रान्समीटर

ड] जाड फिल्म ट्रान्समीटर

10] उत्पादनाची माहिती इनपुट करण्यासाठी पॉइंट ऑफ सेल्सवर खालीलपैकी कोणता वापरला जातो?

अ] ग्राफिक टॅब्लेट

ब] MICR

C] बार कोड रीडर

ड] चुंबकीय पट्टी वाचक

1] क्रेडिट कार्डसाठी पिन नंबर टाकण्यासाठी कोणते इनपुट उपकरण वापरले जाते?

अ] ग्राफिक टॅब्लेट

ब] संख्यात्मक पॅड

C] बार कोड रीडर

ड] चुंबकीय पट्टी वाचक

2] ________ हे बार कोडेड डेटा वाचण्यासाठी वापरले जाणारे उपकरण आहे (प्रकाश आणि गडद रेषा असतात)]

अ] ग्राफिक टॅब्लेट

ब] संख्यात्मक पॅड

C] बार कोड रीडर

ड] चुंबकीय पट्टी वाचक

3] कोणते इनपुट डिव्हाइस सामान्यतः लॅपटॉपचे मानक वैशिष्ट्य आहे?

अ] ग्राफिक टॅब्लेट

ब] अंकीय कीबोर्ड

क] टच पॅड

ड] चुंबकीय पट्टी वाचक

औद्योगिक प्रशिक्षण संस्था

मासिक चाचणी-10, गुण- 20, तारीख:- ________

(प्रत्येक प्रश्नाला दोन गुण असतात)

4] _________ ही अशी उपकरणे आहेत जी विद्युत उर्जेचे प्रकाशात रूपांतर करतात]

अ] उत्सर्जित डिस्प्ले

ब] नॉन-इमिसिव्ह डिस्प्ले

C] दोन्ही (A) आणि (B)

ड] वरीलपैकी नाही

5] खालीलपैकी कोणते इनपुट उपकरण बँकांमध्ये वाचण्यासाठी वापरले जाते चेकवर चुंबकीय वर्ण?

अ] ओसीआर

ब] MICR

C] बार कोड रीडर

ड] चुंबकीय पट्टी वाचक

6] _________ प्रिंटर रिबन न वापरता अक्षरे मुद्रित करतात आणि ते एका वेळी पूर्ण पृष्ठ मुद्रित करू शकते]

अ] प्रभाव

ब] नॉन इम्पॅक्ट

C] दोन्ही (A) आणि (B)

ड] वरीलपैकी नाही

7] इम्पॅक्ट प्रिंटर _______ प्रकारांमध्ये विभागले जाऊ शकतात]

अ] चार

ब] सहा

क] तीन

ड] दोन

8] _________ प्रिंटर हे प्रिंटर आहेत जे एका वेळी एक अक्षर छापतात]

अ] लेसर

ब] ढोल

क] साखळी

ड] डॉट मॅट्रिक्स

9] खालीलपैकी कोणते कॅरेक्टर प्रिंटरचे उदाहरण आहे?

अ] लेसर

ब] ढोल

क] साखळी

ड] डेझी व्हील

10] लाइन प्रिंटरसाठी खालीलपैकी कोणते उदाहरण आहे?

अ] लेसर

ब] ढोल

क] डेझी व्हील

ड] डॉट मॅट्रिक्स

2] सॉफ्टवेअर _____ चा संदर्भ देते

अ] फर्मवेअर

B] भौतिक घटक ज्यापासून संगणक बनवला जातो

क] कार्यक्रम

ड] वरीलपैकी काहीही नाही

3] सॉफ्टवेअरचे वर्गीकरण _________ म्हणून केले जाऊ शकते

अ] फर्मवेअर आणि हार्डवेअर

ब] सिस्टम सॉफ्टवेअर आणि फर्मवेअर

C] ऍप्लिकेशन सॉफ्टवेअर आणि हार्डवेअर

ड] सिस्टम सॉफ्टवेअर आणि ऍप्लिकेशन सॉफ्टवेअर

4] या प्रकारचे सॉफ्टवेअर बहुतांश तांत्रिक तपशील हाताळण्यासाठी अंतिम वापरकर्ते, ऍप्लिकेशन सॉफ्टवेअर आणि संगणक हार्डवेअरसह कार्य करते]

अ] कम्युनिकेशन सॉफ्टवेअर

ब] ऍप्लिकेशन सॉफ्टवेअर

C] उपयुक्तता सॉफ्टवेअर

ड] सिस्टम सॉफ्टवेअर

औद्योगिक प्रशिक्षण संस्था

मासिक चाचणी-11, गुण- 20, तारीख:- _____________

(प्रत्येक प्रश्नाला दोन गुण असतात)

5] ___________कार्यक्रम संगणक प्रणालीच्या देखभालीशी संबंधित दैनंदिन कार्य करतात]

अ] कार्यप्रणाली

ब] प्रणाली उपयुक्तता

क] भाषा अनुवादक

D] ऍप्लिकेशन सॉफ्टवेअर

6] ऍप्लिकेशन सॉफ्टवेअर

A] प्रोग्रामरना मदत करण्यासाठी डिझाइन केलेले आहे

B] ऑपरेटिंग सिस्टम नियंत्रित करण्यासाठी वापरला जातो

C] संगणक वापरकर्त्यांसाठी विशिष्ट कार्य करते

D] फक्त डिझाईन बनवण्यासाठी वापरला जातो

7] हा प्रोग्रामचा संच आहे जो तुमच्या कॉम्प्युटरचे हार्डवेअर डिव्हाइस आणि ऑप्लिकेशन सॉफ्टवेअर एकत्र काम करण्यास सक्षम करतो]

अ] कार्यप्रणाली

ब] हेल्पर सॉफ्टवेअर

सी] सिस्टम सॉफ्टवेअर

D] ऍप्लिकेशन सॉफ्टवेअर

8] खालीलपैकी कोणते सिस्टम सॉफ्टवेअरचे उदाहरण आहे/आहेत?

अ] उपकरण चालक

ब] भाषा अनुवादक

क] प्रणाली उपयुक्तता

ड] वरील सर्व

9] ________ हा संगणकावर लोड केलेला सॉफ्टवेअरचा पहिला थर आहे स्मृती सुरू होते तेव्हा]

अ] उपकरण चालक

ब] भाषा अनुवादक

क] प्रणाली उपयुक्तता

ड] कार्यप्रणाली

10] ________ हे सिस्टम प्रोग्राम्स आहेत, ज्यासाठी जबाबदार आहेत उपकरणांचे योग्य कार्य]

अ] उपकरण चालक

ब] भाषा अनुवादक

क] प्रणाली उपयुक्तता

ड] कार्यप्रणाली

1] A _________ प्रोग्रामिंग भाषांना मशीन भाषेत रूपांतरित करण्यास मदत करते]

अ] कार्यप्रणाली

ब] प्रणाली उपयुक्तता

क] भाषा अनुवादक

D] ऍप्लिकेशन सॉफ्टवेअर

2] खालीलपैकी कोणते ऑपरेटिंगचे उदाहरण आहे/आहेत यंत्रणा?

अ] युनिक्स

ब] लिनक्स

C] Windows XP

ड] वरील सर्व

3] भाषा अनुवादक तीन प्रमुख श्रेणींमध्ये विभागले जाऊ शकतात] ते __________ आहेत

अ] कंपाइलर, ऑपरेटिंग सिस्टम आणि असेंबलर

ब] कंपायलर, डिव्हाइस ड्रायव्हर आणि असेंबलर

क] कंपाइलर, इंटरप्रिटर आणि सिस्टम युटिलिटी

ड] संकलक, दुभाषी आणि असेंबलर

4] खालीलपैकी कोणती भाषा मशीन कोडच्या सर्वात जवळ आहे?

अ] संकलक

ब] दुभाषी

क] असेंबलर

ड] वरीलपैकी काहीही नाही

औद्योगिक प्रशिक्षण संस्था

मासिक चाचणी-12, गुण- 20, तारीख:- _____________

(प्रत्येक प्रश्नाला दोन गुण असतात)

5] कोणता सोर्स कोडचे संपूर्ण प्रोग्राम न पाहता ओळ-दर-लाइन पद्धतीने विश्लेषण आणि कार्यान्वित करते?

अ] संकलक

ब] दुभाषी

क] असेंबलर

ड] वरीलपैकी काहीही नाही

6] __________ हा एक विशेष प्रोग्राम आहे जो विशिष्ट प्रोग्रामिंग भाषेत लिहिलेल्या विधानांवर प्रक्रिया करतो आणि त्यांना मशीन भाषेत रूपांतरित करतो]

अ] संकलक

ब] उपकरण चालक

क] असेंबलर

ड] वरीलपैकी काहीही नाही

7] __________ हे इलेक्ट्रॉनिक दस्तऐवज तयार करण्यासाठी, स्वरूपित करण्यासाठी, संपादित करण्यासाठी आणि मुद्रित करण्यासाठी वापरले जाणारे सॉफ्टवेअर आहे]

अ] स्प्रेडशीट्स

ब] वर्ड प्रोसेसर

C] प्रतिमा संपादक

ड] वरीलपैकी काहीही नाही

8] खालीलपैकी कोणते वर्ड प्रोसेसरचे उदाहरण आहे/आहेत?

अ] मायक्रोसॉफ्ट वर्ड

B] WordPerfect

C] दोन्ही (A) आणि (B)

ड] वरीलपैकी काहीही नाही

9] _______ विशेषत: कॅप्चरिंग, तयार करणे, संपादित करण्यासाठी डिझाइन केलेले आहेत
आणि प्रतिमा हाताळणे?

अ] स्प्रेडशीट्स

ब] वर्ड प्रोसेसर

C] प्रतिमा संपादक

ड] वरीलपैकी काहीही नाही

10] खालीलपैकी कोणते स्प्रेडशीट्सचे उदाहरण आहे/आहेत?

अ] मायक्रोसॉफ्ट एक्सेल

ब] कमळ 1-2-3

C] दोन्ही (A) आणि (B)

ड] वरीलपैकी काहीही नाही

1] कॉपी राइट नसलेल्या कोणत्याही प्रोग्रामचा संदर्भ कोणता आहे?

अ] फ्रीवेअर

ब] शेअरवेअर

क] ओपन सोर्स सॉफ्टवेअर

D] सार्वजनिक डोमेन सॉफ्टवेअर

2] दिलेल्या कॉपीराइट केलेल्या सॉफ्टवेअरसाठी कोणता शब्द सामान्यतः वापरला जातो
त्याच्या लेखकाद्वारे मुक्त?

अ] फ्रीवेअर

ब] शेअरवेअर

क] ओपन सोर्स सॉफ्टवेअर

D] सार्वजनिक डोमेन सॉफ्टवेअर

3] _________ हे सॉफ्टवेअर आहे जे लोकांसाठी मर्यादित कालावधीसाठी प्रतींचे
पुनर्वितरण करण्याची परवानगी घेऊन येते]

अ] फ्रीवेअर

ब] शेअरवेअर

क] ओपन सोर्स सॉफ्टवेअर

D] सार्वजनिक डोमेन सॉफ्टवेअर

4] लिनक्स हा _____________ प्रकार आहे

अ] फ्रीवेअर

ब] शेअरवेअर

क] ओपन सोर्स सॉफ्टवेअर

D] सार्वजनिक डोमेन सॉफ्टवेअर